കിനാവള്ളിയൂഞ്ഞാൽ

kinavalliyoonjal
childrens novel

•

p v k panayal

•

first edition
april 2014

•

second edition
february 2017

•

typesetting & published
chintha publishers, thiruvananthapuram

•

printed
manipal technologies limited

•

cover
midas

•

illustration
kabitha mughopadhyaya

വിതരണം

ദേശാഭിമാനി ബുക്ക് ഹൗസ്

H O തിരുവനന്തപുരം-695 035
Ph: 0471-2303026, 6063020
www.chinthapublishers.com
chinthapublishers@gmail.com

ബ്രാഞ്ചുകൾ

ഹെഡ്ഡാഫീസ് ബ്രാഞ്ച് കുന്നുകുഴി • സ്റ്റാച്യു തിരുവനന്തപുരം • കെ എസ് ആർ ടി സി ബസ് സ്റ്റേഷൻ ആലപ്പുഴ • കെ എസ് ആർ ടി സി ബസ് സ്റ്റേഷൻ എറണാകുളം • മച്ചിങ്ങൽ ലെയ്ൻ തൃശൂർ • ഐ ജി റോഡ് കോഴിക്കോട് • മാവൂർ റോഡ് കോഴിക്കോട് • എൻ ജി ഒ യൂണിയൻ ബിൽഡിങ് കണ്ണൂർ • സെൻട്രൽ ബസ് ടെർമിനൽ കോംപ്ലക്സ് താവക്കര കണ്ണൂർ

CR - 1604 / 4117
ISBN - 978-93-83432-94-3

കിനാവള്ളിയൂഞ്ഞാൽ
(ബാലനോവൽ)

പി വി കെ പനയാൽ

ചിന്ത പബ്ലിഷേഴ്സ്
തിരുവനന്തപുരം-695 035
വില : ₹ 105

പി വി കെ പനയാൽ

പി വി കുഞ്ഞിക്കണ്ണൻ. 1949 ൽ കാസർഗോഡ് ജില്ലയിലെ പനയാൽ ഗ്രാമത്തിൽ ജനനം. അച്ഛൻ: വി അമ്പു. അമ്മ: പി വി മാധവി. അധ്യാപകനായിരുന്നു. 2004 ൽ വിരമിച്ചു.

തലമുറകളുടെ ഭാരം (ചെറുകാട് അവാർഡ്) *സൂര്യാപേട്ട്* (അബുദാബി ശക്തി അവാർഡ്) *ഇളകിയാടുന്ന മൗനം (എ പി കളയ്ക്കാട് അവാർഡ്) ഖനിജം, ഏക്താര, ലോപ സന്ധി* (നോവലുകൾ) *അടിത്തട്ടിലെ ആരവം, നന്ദിഗ്രാം* (കഥാസമാഹാരം) *സമയതീരം* (നാടകം) *എ കെ ജി* (തിരക്കഥ) എന്നിവയാണ് മറ്റ് കൃതികൾ.

കേരള സാഹിത്യഅക്കാദമിയുടെ സമഗ്ര സംഭാവനയ്ക്കുള്ള അവാർഡ്, പ്രൊഫ. എ സുധാകരൻ സാംസ്കാരിക അവാർഡ്, നാടകരചനയ്ക്ക് പുരോഗമന കലാസാഹിത്യ സംഘം സമസ്ത കേരള സാഹിത്യ പരിഷത്ത് പുരസ്കാരങ്ങൾ എന്നിവ ലഭിച്ചു. 'ദ ഗ്രെയ്റ്റ് ട്രയൽ' എന്ന നാടക മത്സരത്തിൽ മികച്ച അവതരണത്തിനുള്ള അവാർഡ് നേടി.

സാഹിത്യപ്രവർത്തക സഹകരണസംഘം ഉപാധ്യക്ഷൻ പുരോഗമന കലാസാഹിത്യ സംഘം ഉപാധ്യക്ഷൻ ലൈബ്രറി കൗൺസിൽ ജില്ലാ സെക്രട്ടറി എന്നീ നിലകളിൽ പ്രവർത്തിക്കുന്നു.

ഭാര്യ : എ വി സാവിത്രി
മക്കൾ : സന്തോഷ്, സൗമ്യ

വിലാസം : പി വി കെ പനയാൽ
പി ഒ അജാനൂർ
വഴി ആനന്ദാശ്രമം
കാസർഗോഡ് ജില്ല 671531
ഫോൺ : 9495191071

ഒന്ന്

ഈ ഭൂമീല് കഥ കേൾക്കാൻ ഇഷ്ടമില്ലാത്തവരായി ആരാ കൂട്ടരേ ഉള്ളത്? ആരുംണ്ടാവില്ല. ഒറപ്പാ. ഒരുതരത്തില് പറഞ്ഞാല് ഓരോരുത്തരും ഓരോ കഥയാണ്. കുഞ്ഞുങ്ങൾ കുഞ്ഞുകഥകൾ. വല്യവർ വല്യ കഥകൾ. വളരുന്തോറും കഥകളാൽ ഉടൽ നിറയുന്നു. കഥകൾ നിറയ്ക്കാൻ ഉടലിൽ ഇടമില്ലാതെ വരുമ്പോൾ അയാളുടെ കഥ കഴിയുന്നു. കഥ കാണുന്ന കണ്ണുകൾ അടയുന്നു. കഥ കേൾക്കുന്ന കാതുകളും. കഥാവശേഷൻ പിന്നെ മണ്ണിൽ ലയിക്കുന്നു. വെന്തമണ്ണിനു മുകളിൽ കഥയുടെ വിത്ത് മുളയ്ക്കുന്നു. വളരുന്നു. ഒരു മുത്തശ്ശിയുടെയും പേരക്കുട്ടികളുടെയും കഥയുമായി കൂട്ടരേ, ഈയുള്ളവന് നിങ്ങളുടെ അരികിലേക്കു വരാൻ ധൈര്യം പകരുന്നത് ഈ ജീവിത ദർശനമാണ്.

വരൂ, പോകാം നമുക്ക് മുത്തശ്ശിയുടെ വീട്ടിലേക്ക്. ഒരുപാടുണ്ട് നടക്കാൻ. പുഴയും മലയും താണ്ടി, മലയും പുഴയും താണ്ടി, അങ്ങ് ദൂരെ ദൂരെ കൊടുങ്കാട് കാവൽ നിൽക്കുന്ന ഒരു കൃഷിയിടം. മല കയറിയും ഇറങ്ങിയും പുഴ നീന്തിയും കടന്നും ക്ഷീണിച്ചു പോയി ഇല്ലേ? ക്ഷീണം മാത്രമല്ലെന്ന് എനിക്കറിയാം. പേടിയും മനസിനകത്തേക്ക് പതുക്കെ അരിച്ചു കയറുന്നുണ്ട്. ആരും പേടിച്ചു പോകും. സ്വാഭാവികം. ചുറ്റും എന്തൊരു കാട്! കാട്ടിൽ വഴിതെറ്റിപ്പോയ ഏതോ കലമാനിന്റെ കരച്ചിൽ

കേൾക്കു
ന്നില്ലേ?
അതിന്റെ
കരച്ചിലി
നോടൊപ്പം കാടും കരയാൻ
തുടങ്ങിയിരിക്കുന്നു.
കാടിന്റെ കരച്ചിൽ താങ്ങാൻ കഴി
യില്ല ഇളം മനസുകൾക്ക്.
കരഞ്ഞു പോകും.
ഓർമകളുടെ പെരുമഴയായിരിക്കും
വൈകുന്നേരത്തെ കാട് പെയ്യുന്നത്.
അച്ഛന്റെ ഓർമ.
അമ്മയുടെ ഓർമ.
കൂട്ടിലുറങ്ങുന്ന നായ്ക്കുട്ടിയുടെ ഓർമ.
അമ്മയുടെ കാലിൽ ഉരുമ്മിക്കൊണ്ട്
ചോറ് വിളമ്പാൻ കരഞ്ഞു പറയുന്ന
പൂച്ചക്കുഞ്ഞിന്റെ ഓർമ.
ഓർമിക്കാൻ ഇത്രയുമുണ്ടോ
എന്ന് നാം അന്തിച്ചു പോകു
ന്നത് ഇങ്ങനെ ഏകാന്ത

മായ സ്ഥലത്ത് നിൽക്കുമ്പോഴാണ്.

ഏകാന്തതയുടെ കൂട്ടിലാണല്ലോ ഓർമകൾ മുട്ടയിടുന്നതും വളരുന്നതും.

അതാ, ഒരു ഏറുമാടം.

ഇങ്ങനെയൊന്ന് നിങ്ങളാരും ഇതിനുമുമ്പ് കണ്ടിരിക്കാനിടയില്ല. കൺനിറയെ കണ്ടോളൂ.

ചതുരവടിവിൽ നിൽക്കുന്ന നാലു കാട്ടുമരങ്ങളുടെ തടിയിൽ കെട്ടിയുയർത്തിയിരിക്കയാണ് മാടം. കാട്ടുവള്ളികൾ മെനഞ്ഞുണ്ടാക്കിയ ചുമരുകൾ മുളന്തണ്ടുകൊണ്ടുണ്ടാക്കിയ ജനലും വാതിലും. നിലത്തു നിന്ന് ഏറുമാടത്തിലേക്കൊരു മരയേണി. എന്തൊരു സുഖം ഇതിനകത്തു കഴിയാൻ! കൊടുംവേനലിലും നല്ല തണുപ്പ്. മരത്തലപ്പുകളിൽ ആകാശം പെയ്യുന്ന മഞ്ഞുതുള്ളികൾ. വെള്ളിമണികൾ പോലെ അവ കാവൽമാടത്തിന്റെ മേൽക്കൂരയിൽനിന്ന് താഴേക്ക് ഇറ്റിറ്റു വീഴും. രാവിന്റെ താളം ചിലങ്കകെട്ടിയ കുഞ്ഞിന്റെ പതിഞ്ഞ പാദചലനംപോലെ. പൊൻവെയിലിൽ മഞ്ഞുതുള്ളികളാറുംവരെ താളം തുടർന്നുകൊണ്ടേയിരിക്കും.

നമ്മൾ കൂറ്റൻ വീടുകൾ പണിയുന്നു.

പ്രകൃതിയുടെ മണ്ണും മണലും കട്ടെടുക്കുന്നു.

പ്രകൃതിയുടെ മജ്ജയായ കല്ലുകൾ വെട്ടിയെടുക്കുന്നു.

പ്രകൃതിയുടെ അവയവങ്ങളായ വൻമരങ്ങൾ ഊർന്നെടുക്കുന്നു.

കൂടുതൽ പണമുള്ളവന് കൂടുതൽ പ്രകൃതിവിഭവങ്ങൾ കൊള്ളയടിക്കാം. കൂടുതൽ വലിയ വീടുകൾ കെട്ടാം. കെട്ടിയാലോ, വൈദ്യുതി നിലച്ചാൽ ഫാനൊന്നു നിന്നുപോയാൽ, എ സി ഒന്നോഫായാൽ പായും തലയണയുമായി ടെറസ്സിലേക്കൊരോട്ടം. ചൂട് സഹിക്കാൻ വയ്യ! വയ്യായ്മകളുടെ ഒരു ജീവിതയാത്ര.

കാട്ടിലെ ജീവിതം കണ്ട് പഠിക്കട്ടെ നാട്ടിലെ മനുഷ്യർ!

എന്ത്, ഏറുമാടത്തിനകത്ത് ആൾതാമസമുണ്ടോന്നോ?

പിന്നെ!

അതിനകത്തല്ലെ മുത്തശ്ശിയും പേരക്കുട്ട്യോളും കഴിയുന്നത്!

അതാ, തൊട്ടടുത്ത് തകർന്നുപോയൊരു വീട്

വീടിനടുത്ത് കാറ്റിൽ നിലംപൊത്തിയ പള്ളിയറ. വീടിനും പള്ളിയറയ്ക്കുമിടയിൽ ഒരു കൽത്തറ.

ഒരുപാട് ഓർമകളുടെ നിലവിളിയാണ്.

മൺകട്ടകൾ കൊണ്ടുണ്ടാക്കിയ വീടിന്റെ ചുമർ ശിരസ്സറ്റ ഒരു ജഡം പോലെ ആകാശത്തേക്കുനോക്കി നിലവിളിക്കുകയാണ്. നടുവൊടിഞ്ഞു വീണ മേൽക്കൂര ദ്രവിച്ചു തുടങ്ങിയിരിക്കുന്നു. ഇടവപ്പാതിയിലെ കൊടുങ്കാറ്റിലും പേമാരിയിലും തകർന്നു പോയതാണ്. ആൾ താമസമില്ലാതായപ്പോഴേക്കും മുറ്റംനിറയെ പുല്ല്.

പള്ളിയറയിലെ ഭഗവതിയുടേതാണ് പുറത്തെ കൽത്തറ. കൽത്തറയുടെ മധ്യത്തിലെ അർധവൃത്താകൃതിയിലുള്ള കരിങ്കല്ലിലാണ് ഭഗവതിക്കോലത്തിനു വേണ്ടി ഇളനീർ എറിഞ്ഞുടയ്ക്കാറ്. അതുകൊണ്ട് തേങ്ങാക്കല്ല് എന്നും അതിനു പേരുണ്ട്.

പള്ളിയറ വരാന്തയിൽ അതാ, ഒരു പുലി. വാൽ പൊക്കി നിങ്ങളുടെ നേർക്ക് അത് നടന്നുവരുന്നതുപോലെ തോന്നും. പേടിക്കേണ്ട. മരത്തിൽ കൊത്തിയെടുത്ത് ചായം പിടിപ്പിച്ചതാണ്. ജീവനുള്ളതാണെന്നേ തോന്നൂ. മേൽക്കൂര തകർന്നു പോയതുകൊണ്ട് പള്ളിയറ വരാന്തയിലേക്ക് നൂണ് കയറിയാലേ പുലിയുടെ ഭംഗി ശരിക്കും ആസ്വദിക്കാൻ കഴിയൂ.

കൂട്ടരേ, ഇപ്പോൾ മനസിലായിക്കാണുമല്ലോ എന്തുകൊണ്ടാണ് മുത്തശ്ശിയും കുട്ട്യോളും കാവൽമാടത്തിൽ താമസിക്കു

ന്നതെന്ന്. കാലവർഷക്കാറ്റിൽ വീട് തകർന്നു. പുതുക്കിപ്പണിയാൻ മുത്തശ്ശിയുടെ മരപ്പെട്ടീല് ഒന്നൂല്ല. ആകെ ഉള്ളത് പഴയ തോട്ടമുക്കാല് നാലെണ്ണം. കാലം കഴിഞ്ഞ ചെമ്പുറുക്ക് രണ്ടെണ്ണം. ഏതോ കളിയാട്ടച്ചന്തേന്ന് പണ്ട് മുത്തശ്ശൻ വാങ്ങിക്കൊടുത്ത ഒരു കല്ലുമാല... തീർന്നു.

കാവൽമാടമുണ്ടാക്കിയത് മുത്തശ്ശന്റെ കാലത്തായിരുന്നു. വിളതിന്നാൻ രാത്രിയിൽ ഇരുളിന്റെ മറപറ്റി വരുന്ന കാട്ടുമൃഗങ്ങളെ ഓടിക്കാൻ കെട്ടിയുയർത്തിയതാണ് മാടം. രാത്രി ഭക്ഷണം കഴിഞ്ഞ് കാവൽമാടത്തിനകത്തേക്ക് റാന്തൽ വിളക്കുമായി മുത്തശ്ശൻ കോണി കയറും. നാലു ബാറ്ററിയിട്ട നല്ല നീളൻ എവറഡി ടോർച്ചുമുണ്ടാവും കൈയിൽ. പാതിരാവരെ തുടികൊട്ടിപ്പാട്ട്. ചെണ്ട കൊട്ട്. ഇടയ്ക്ക് ജനലിലൂടെ ടോർച്ച് തെളിക്കും. കരിഞ്ഞ മരക്കുറ്റികൾക്കും കരിങ്കൽ കൂട്ടങ്ങൾക്കുമിടയിൽ രാവിന്റെ വിസ്മയം കാണാൻ കണ്ണുതുറന്നു നിൽക്കുന്ന നെൽച്ചെടികളുടെ ഓരംപറ്റി വരുന്ന മുയലുകളുടെ കണ്ണുകളിലായിരിക്കും തീക്ഷ്ണമായ വെളിച്ചം വീഴുക. കാഴ്ച മങ്ങി അവ നിലത്തോടൊട്ടിക്കിടക്കും. കാട്ടുപന്നികളുടെ വരവായിരിക്കും മറ്റു ചിലപ്പോൾ. കുലച്ചു നിൽക്കുന്ന നേന്ത്രവാഴകളിലായിരിക്കും അവയുടെ പരാക്രമം. ചേനയും ചേമ്പും ചവിട്ടി മെതിക്കും. പുനത്തിലെ വെള്ളരിപ്പൂവുകളുടെ കണ്ണിൽ മണ്ണുകോരിയിടും. പച്ചക്കറിപ്പന്തലിന്റെ നടുവൊടിച്ചിടും. കൃഷിഭൂമിയിലെത്തിയാൽ ഒരു തരം ഉന്മാദമാണവയ്ക്ക്. ടോർച്ചുവെളിച്ചം കണ്ടാൽ തിരിഞ്ഞോടും.

മുത്തശ്ശൻ പോയി.

കാവൽമാടം ഓർമകളുടെ മാടമായി.

മുത്തശ്ശിയുടെ രാക്കിനാവുകളിലേക്ക് മുത്തശ്ശന്റെ നാടൻപാട്ടുകൾ തിരയടിച്ചുയർന്നുവരും.

തുടിയും ചെണ്ടയും കിനാവുകൾക്ക് താളമിടും.

ഇപ്പോഴും കാവൽമാടത്തിന്റെ മൂലയിലുണ്ട് ആ ചെണ്ടയും തുടിയും.

വീടിന്റെ തൃപ്പടിയിലെന്നും അന്തിത്തിരി വയ്ക്കും മുത്തശ്ശിയുടെ പേരക്കുട്ട്യോള്. വീട് കൊടുങ്കാറ്റിൽ തകർന്നു പോയെ

ങ്കിലും അവരുടെ ഭഗവതി അതിനകത്തുറങ്ങുന്നുണ്ട്. എന്നെങ്കിലുമൊരു നാൾ നടുവൊടിഞ്ഞു വീണ ആ മേൽക്കൂര ഭഗവതി ഉയർത്തും. മുറ്റം ചെത്തി മിനുക്കും. അകം ശബ്ദായമാനമാകും. ആണ്ടിലൊരിക്കൽ ഭഗവതിയുടെ തിരുമുടി ഉയരും. വാദ്യഘോഷങ്ങൾ മലങ്കാട്ടിൽ തട്ടി മാറ്റൊലികൊള്ളും. ആളിക്കത്തുന്ന പന്തങ്ങളുടെ വെളിച്ചം തട്ടി കാട്ടുമൃഗങ്ങളുടെ കണ്ണുകൾ തിളങ്ങും. മുത്തശ്ശിയും പേരക്കുട്ട്യോളും സ്വപ്നം കാണുന്നുണ്ട്. ഭഗവതിയുടെ കാരുണ്യത്തിൽ വിരിയാൻ പോകുന്ന ആ നല്ല നാളുകൾ! അതുവരെ എല്ലാ സന്ധ്യകളിലും മുടങ്ങാതെ പേരക്കുട്ടികൾ നെഞ്ചുരുകി പ്രാർഥിക്കട്ടെ. മുത്തശ്ശി ഓരോ നിശ്വാസത്തിലും ഭഗവതിയുടെ നാമം ഉരുവിടട്ടെ. അതെ, അവർക്ക് ഭഗവതി മാത്രം തുണ. കൊടുങ്കാറ്റിൽ നിന്നും പേമാരിയിൽ നിന്നും ഭഗവതി നമ്മുടെ മുത്തശ്ശിയെയും പേരക്കുട്ട്യോളെയും രക്ഷിക്കട്ടെ. കാട്ടുമൃഗങ്ങളിൽ നിന്നും കാട്ടുകള്ളന്മാരിൽ നിന്നും നമ്മുടെ മുത്തശ്ശിയെയും പേരക്കുട്ട്യോളെയും ഭഗവതി രക്ഷിക്കട്ടെ.

പതുക്കെ മുമ്പോട്ട് വരൂ കൂട്ടരെ.

പേടിക്കേണ്ട.

ആരും കാണില്ല നമ്മളെ.

കഥയുടെ അദൃശ്യാവരണത്തിനകത്താണ് നാം. നമുക്കെല്ലാവരെയും കാണാം. കേൾക്കാം, പക്ഷേ, നമ്മെ ആർക്കും കാണാൻ കഴിയില്ല. കേൾക്കാനും. ഹായ്! എന്തു രസം അല്ലേ? ഇപ്പത്തന്നെ നോക്ക്യേ... കാവൽമാടത്തിന്റെ ചുവട്ടിൽ കെട്ടിയിരിക്കുന്ന നായയെ കണ്ടില്ലേ? ബാളു എന്നാണതിന്റെ പേര്. നെറ്റിയിലും വാലറ്റത്തും വെള്ളപ്പൊട്ടുള്ള സുന്ദരക്കുട്ടപ്പൻ. ചെവി വിടർത്തിപ്പിടിച്ച് ചുറ്റും നോക്കുകയാണവൻ. ആരെങ്കിലും വരുന്നുണ്ടോ, ആളനക്കം കേൾക്കുന്നുണ്ടോ എന്നറിയാൻ. ആരെയും നടുക്കുന്ന കുരയാണവന്റേത്. പാതിരാവിൽ പതുങ്ങിയെത്തുന്ന കുറുക്കന്മാരുടെ മണം ദൂരേന്നു തന്നെ ബാളു പിടിച്ചെടുക്കും. എട്ടുദിക്കും ഞെട്ടുന്ന കുരയാണ് പിന്നെ. പേടിത്തൊണ്ടന്മാരായ കുറുക്കന്മാർ ബാളുവിനെ കൂവിത്തോൽപ്പിക്കാൻ ഉറക്കെ ഓരിയിട്ടു കൊണ്ടോടിമറയും. നമ്മൾ ബാളുവിന്റെ അടു

ത്തെത്തിയിട്ടും അവൻ കുരയ്ക്കാത്തതെന്ത്? നമ്മൾ കഥാവരണത്തിനകത്തായതു കൊണ്ടു തന്നെ. അവന് നമ്മെ കാണാൻ കഴിയാത്തതു കൊണ്ടുതന്നെ. പക്ഷേ, അവൻ മൂക്കു വിടർത്തി ചുറ്റും മണപ്പിച്ചു നോക്കുന്നുണ്ട്. ചങ്ങലവട്ടത്തിൽ അസ്വസ്ഥനായി ഓടുകയും മണ്ണു മണപ്പിച്ചുകൊണ്ട് മുരളുകയും ചെയ്യുന്നുണ്ട്. കാരണം കേൾക്കാനും കാണാനും കഴിയുന്നില്ലെങ്കിലും അവൻ നമ്മുടെ സാന്നിധ്യം മണത്തറിയുന്നുണ്ട്. ആരെല്ലാമോ അവന്റെ സാമ്രാജ്യത്തിനകത്തേക്ക് നുഴഞ്ഞു കയറിയിട്ടുണ്ടെന്ന് മണത്തറിയുക; പക്ഷേ ആരെയും കാണാൻ കഴിയാതെ വരിക. ഇതിൽപ്പരം മറ്റെന്തു വേണം ഒരു കാവൽക്കാരൻ അസ്വസ്ഥനാവാൻ! അൽഖയ്ദയുടെ സാന്നിധ്യം മണത്തറിയുന്ന അതിർത്തിയിലെ നമ്മുടെ പട്ടാളക്കാരെപ്പോലെതന്നെ.

ദാ, ഒന്ന് മേലോട്ട് നോക്കിയേ...

അതാ ജനാലയ്ക്കൽ ഒരു മുഖം. നരച്ച തലമുടിയും നെറ്റിയിൽ ഭസ്മക്കുറിയും കറുപ്പുവീണ കൺതടങ്ങളും ചുളിവു വീണ കവിൾത്തടവും തൂങ്ങിക്കിടക്കുന്ന അടിക്കാതിൽ ഓലവളയവുമായി ഒരു മുത്തശ്ശി. ഇരുട്ട് വീണു തുടങ്ങിയ വഴിയിലേക്ക് ഉൽക്കണ്ഠയോടെ മുത്തശ്ശി നോക്കി നിൽക്കുകയാണ്. എന്തിനാണിങ്ങനെ ഉൽക്കണ്ഠപ്പെടുന്നത്? എന്തിനാണിങ്ങനെ ആലുപുരത്തപ്പനെ വിളിച്ച് നെടുവീർപ്പിടുന്നത്? എന്തിനാണിങ്ങനെ 'എന്റെ ഭഗോത്യേ..' എന്ന് മന്ത്രിക്കുന്നത്? കാരണമുണ്ട്. പുഴയിൽ കുളിക്കാൻ പോയ പേരക്കുട്ടി നന്ദു തിരിച്ചെത്തിയിട്ടില്ല. അവരുടെ നെഞ്ചിൽ നെരിപ്പോട് പുകയുകയാണ്.

കൂട്ടരെ, നമുക്ക് പുഴക്കരവരെ ഒന്നുപോയി വരാം. നന്ദൂന് എന്തുപറ്റിയെന്നറിയേണ്ടേ? കഥ തുടങ്ങാൻ മുത്തശ്ശി മാത്രം പോരല്ലോ. നന്ദുവേണം. അവന്റെ ചേച്ചി നന്ദിനിക്കുട്ടി വേണം. അവരോടൊപ്പം പിന്നെയും വേണം കുറേ കഥാപാത്രങ്ങൾ. അതെ, ഇനി പുഴക്കരയിലേക്ക്.

രണ്ട്

വേനലറുതി.

ആലുപുരം പുഴ നന്നേ മെലിഞ്ഞു പോയിരിക്കുന്നു. കരിങ്കൽക്കൂട്ടങ്ങളിൽ തട്ടിച്ചിതറി കൊച്ചരിപ്പല്ലുകൾ കാട്ടിച്ചിരിച്ചുകൊണ്ട് അത് എന്നിട്ടും കുതിച്ചുകൊണ്ടിരിക്കുന്നു, ക്ഷീണമറിയാതെ.

പുഴയുടെ തീരം ശാന്തമാണ്.

സ്ഫടികസമാനമായ വെള്ളത്തിൽ ആകാശം നിഴലിക്കുന്നുണ്ട്. സാന്ധ്യമേഘങ്ങളുടെ കൂടെ കൂട്ടം കൂട്ടമായി പറന്നുപോകുന്ന വെള്ളക്കൊറ്റികളുടെ നിഴൽരൂപങ്ങൾ പുഴയിൽ തെളിയുന്നുണ്ട്.

പുഴയിലേക്ക് ചാഞ്ഞു നിൽക്കുന്ന അത്തിമരക്കൊമ്പിൽ ഒരു മീൻകൊത്തിപ്പക്ഷി വെള്ളത്തിൽ മുങ്ങിക്കുളിക്കുന്ന നീർക്കാക്കകളെ അസൂയയോടെ നോക്കിയിരിപ്പുണ്ട്.

വെള്ളത്തിലിങ്ങനെ നീന്താനും ഒളിച്ചു കളിക്കാനും കഴിഞ്ഞിരുന്നെങ്കിൽ! മീൻകൊത്തി വിചാരിച്ചു. ജലജീവികളെ ഇഷ്ടം പോലെ ഭക്ഷിച്ച് സുഖമായി കഴിഞ്ഞുകൂടാമായിരുന്നു. തനിക്കാണെങ്കിലോ മിന്നൽക്കൊടിപോലെ വല്ലപ്പോഴും തെളിഞ്ഞു കാണുന്ന മീനിനു നേർക്ക് ശക്തി മുഴുവൻ സംഭരിച്ച് ശരവേഗത്തിലിറങ്ങിയാൽ ഭാഗ്യമുണ്ടെങ്കിൽ കൊക്കിൽ കെണിയും, ഇല്ലെ

ങ്കിലില്ല. ഒരു പകൽ മുഴുവൻ മരക്കൊമ്പിലിരുന്നിങ്ങനെ ഇളകിയും ആടിയും കൊണ്ടിരുന്നാൽ കഷ്ടിച്ച് പട്ടിണിയില്ലാതെ കഴിഞ്ഞുകൂടാം. എന്നാൽ നീർക്കാക്കകളോ? ജലജീവികളുടെ രാജാവ്. മുങ്ങൽ വിദഗ്ധൻ. നീന്തൽതാരം. ഇന്നിനി ഈ മരക്കൊമ്പിൽ ധ്യാനനിമഗ്നനായിരുന്നിട്ട് കാര്യമില്ല. മീൻകൊത്തിപ്പക്ഷിക്ക് വേവലാതിയായി. നേരം ഇരുട്ടിത്തുടങ്ങുകയാണ്. പഴ

യതുപോലെ കാഴ്ചയ്ക്ക് വേണ്ടത്ര തെളിവില്ല. മങ്ങിയ വെളിച്ചത്തിൽ പ്രത്യേകിച്ചും. പുഴയിലാണെങ്കിൽ കുഞ്ഞുങ്ങളുടെ ബഹളം.

കൂട്ടരേ, ഇതാ കടവിലെത്തിക്കഴിഞ്ഞു. ദേവീപുരം ഗ്രാമത്തിലേക്കുള്ള കടവാണിത്. ആലുപുരത്തെയും ദേവീപുരത്തെയും കുഞ്ഞുങ്ങൾ കുളിക്കാനിറങ്ങുന്ന കടവാണിത്. മഴക്കാലത്ത് പുഴയിൽ വെള്ളം കയറിത്തുടങ്ങുമ്പോൾ അത്തിമരത്തിന്റെ കൊമ്പിൽ നിന്ന് അവർ പുഴയുടെ ഓളപ്പരപ്പിലേക്ക് കൂപ്പുകുത്തും. വെള്ളം കുറവായതുകൊണ്ട് തോർത്ത് മുണ്ടുപയോഗിച്ച് മീൻപിടിക്കുകയാണവർ. അപ്പുവും ഹരിയുമാണ് തോർത്തിന്റെ രണ്ടറ്റം പിടിച്ചു നിൽക്കുന്നത്. പരൽമീനുകൾ തെളിയുന്നിടത്ത്

തോർത്തിനെ ഒരു ചാട്ടുളിപോലെ പുഴയുടെ അടിത്തട്ടിലേക്ക് പായിക്കുന്നു. അതേ വേഗതയിൽ ഉയർത്തുന്നു. തോർത്തിലെ വെള്ളത്തിൽ മീൻ കുടുങ്ങിയിരിക്കും. വെള്ളം ഊർന്നു പോയാൽ തോർത്തിൽ പരൽമീനുകളുടെ പിടച്ചിലാണ്.

കൂട്ടരെ, അതാ അത്തിമരത്തിനടിയിൽ ഒരു കുട്ടി കൂനിക്കൂടിയിരിക്കുന്നത് കണ്ടില്ലേ? അവന്റെ വള്ളിട്രൗസർ വെള്ളത്തിൽ കുതിർന്നിട്ടുണ്ട്. കറുകറുത്ത സമൃദ്ധമായ തലമുടിയിൽനിന്ന് വെള്ളത്തുള്ളികൾ ഇറ്റിറ്റു വീഴുന്നുണ്ട്. ഏറെനേരം പുഴയിൽ മുങ്ങിക്കുളിച്ചതുകാരണം ചുവന്നു തുടുത്ത മുഖത്തെ കണ്ണുകൾ കലങ്ങിയിട്ടുണ്ട്. ഇതാണ് നന്ദു! മുത്തശ്ശിയുടെ പേരക്കുട്ടി.

നന്ദുവിന്റെ മുമ്പിൽ ഒരു കവുങ്ങിൻപാളയുണ്ട്. അതിൽ പിടയുന്ന പരൽമീനുകൾ. അപ്പുവും ഹരിയും പിടിച്ച മീനുകൾക്ക് കാവലിരിക്കുകയാണ് പാവം നന്ദു. ഒന്നുരണ്ടു തവണ നന്ദു ഉറക്കെ വിളിച്ചു പറഞ്ഞു:

"അപ്പൂ, ദാ ഇരുട്ടാവാറായി. ഞാൻ പോകുന്നു. മുത്തശ്ശി എന്നെ ചീത്ത പറയും."

പക്ഷേ, അപ്പു വിട്ടില്ല.

"നന്ദൂ... ഇതാ തീർന്നു. ഒന്നിച്ചു പോകാം നമുക്ക്."

നന്ദു പിന്നെയും കാത്തിരിപ്പ് തുടർന്നു.

കൂട്ടരെ, പാളയിലെ മീനുകൾക്ക് നമുക്ക് കാവലിരിക്കാമായിരുന്നു. നന്ദുവിനെ വീട്ടിലേക്ക് പറഞ്ഞുവിടാമായിരുന്നു. അവന്റെ മുത്തശ്ശി കാവൽ മാടത്തിനകത്ത് ഭഗവതിയെ വിളിച്ച് നെഞ്ചുരുകി പ്രാർഥിക്കുകയാണ്, "തന്റെ നന്ദൂന് ഒരാപത്തും വരുത്തല്ലേന്റെ ഭഗോത്യേന്ന്." പക്ഷേ, പറഞ്ഞിട്ടെന്തു കാര്യം. നമ്മൾ പറയുന്നത് ഇവരാരും കേൾക്കില്ല. നമ്മളെ ഇവരാരും കാണില്ല.

മീനിന്റെ പിടച്ചിൽ കണ്ട് നന്ദു വിഷമിച്ചിരിക്കെ മീൻ കൊത്തിപ്പക്ഷിയുടെ കണ്ണുകൾ നന്ദുവിന്റെ മുമ്പിലിരിക്കുന്ന പാളയിലേക്കു നീണ്ടു. ഒന്നു പരീക്ഷിച്ചു നോക്കിയാലോ? നല്ല വിശപ്പുണ്ട്. ഉച്ചയ്ക്ക് തുടങ്ങിയ ഇരിപ്പാണ്. രണ്ടുതവണ ഓളപ്പരപ്പിലേക്ക് കൂപ്പുകുത്തിയതാണ്. തടഞ്ഞില്ല. അപ്പോഴേക്കും

വെള്ളം കലക്കാൻ കുഞ്ഞുങ്ങളെത്തി. നേരം ഇരുട്ടിത്തുടങ്ങിയിട്ടും ഇവന്മാർക്ക് ജലക്രീഡ നിർത്താൻ ഭാവമില്ല. കുലമഹിമയ്ക്ക് എതിരാണെങ്കിലും മറ്റു പോംവഴിയൊന്നുമില്ല. ഒന്നു ശ്രമിച്ചു നോക്കുക തന്നെ. കരുത്തു മുഴുവൻ പുറത്തെടുത്ത് പാളയിൽ പിടയുന്ന മീനിനു നേർക്ക് ഒറ്റക്കുതിപ്പ്! ദൗർഭാഗ്യം എന്നല്ലാതെ എന്തു പറയാൻ! തൊട്ടു തൊട്ടില്ല എന്ന നിലയിൽ കൊക്ക് പാളയോടടുത്തപ്പോഴേക്കും നന്ദുവിന്റെ അലറൽ. അലർച്ചയാണോ, നിലവിളിയാണോ എന്നൊന്നും മനസിലായില്ല. ജീവനും കൊണ്ട് നിബിഡ വനത്തിലേക്ക് പറന്നു.

കൂട്ടരേ പിടയുന്ന മീനുകളെ നോക്കി നന്ദു വേവലാതിപ്പെട്ടുകൊണ്ടിരിക്കെ, ആരോ എവിടെ നിന്നോ വിളിക്കുന്നതായി നന്ദുവിന് തോന്നുന്നു!

"നന്ദൂ..."

നന്ദു ചുറ്റും നോക്കുകയാണ്. പുഴയിലേക്കു നോക്കി. മരക്കൊമ്പിലേക്കു നോക്കി. എവിടെ നിന്നാണ്? അപ്പോഴതാ വീണ്ടും വിളിക്കുന്നതായി ഒരു തോന്നൽ.

"നന്ദൂ..."

"ഇത് ഞാനാണ് നന്ദൂ. ഇതാ നിന്റെ മുമ്പിലിരിക്കുന്ന പാളയിലേക്ക് നോക്ക്."

നന്ദു പാളയിലേക്ക് നോക്കുന്നു.

അത്ഭുതകരമായ ഒരു കാഴ്ച. ഒരുപക്ഷേ, വെറും തോന്നൽ.

ഒരു മീൻ കാണെക്കാണെ വളർന്നുവരുന്നു.

ഒരു സുന്ദരിക്കുട്ടിയെപ്പോലെ.

വാലിൽ കുത്തിനിന്ന് അത് നന്ദുവിനെ നോക്കുന്നു. ചിറകുകൾ പതുക്കെ ചലിപ്പിക്കുന്നു. നന്ദുവിനോട് സ്വകാര്യം പറയുന്നു.

"നന്ദൂ... ഞങ്ങളെ രക്ഷിക്കണം. എന്തിനാണ് കുഞ്ഞുങ്ങളായ ഞങ്ങളോട് ഇങ്ങനെ കണ്ണിൽ ചോരയില്ലായ്മ കാണിക്കുന്നത്. ഞങ്ങളെ പുഴയിലേക്കെടുത്തെറിയൂ. ഇല്ലെങ്കിൽ ചത്തുപോകും ഞങ്ങൾ."

നന്ദു പകച്ചു നിന്നുപോയി. ഒരു പരൽമീൻ കാണെക്കാണെ

വളർന്നുവരിക! മനുഷ്യരെപ്പോലെ സംസാരിക്കുക! അത്ഭുതം തന്നെ!

"ഞാനല്ല" നന്ദുപറഞ്ഞു. "ആ കുട്ട്യോളാണ് ഇത് ചെയ്തത്. സത്യം എന്റെ മുത്തശ്ശിയാണെ സത്യം."

"കൊലപാതകം നടത്തുന്നതും കൊലയ്ക്ക് കൂട്ടുനിൽക്കുന്നതും ഒരു പോലെ പാവമാണ് നന്ദൂ... എല്ലാ ജീവജാലങ്ങളിലും ജീവൻ കുടികൊള്ളുന്നുണ്ട്. മനുഷ്യരെന്നല്ല ജീവനുള്ള ഏതും, അതിന്റെ ജീവൻ സംരക്ഷിക്കാനാണ് പെടാപ്പാട് പെടുന്നത്. പുഴയിലേക്കെറിഞ്ഞാൽ മതി, ഞങ്ങൾ അടിത്തട്ടിലെവിടെയെങ്കിലും മനുഷ്യക്കുഞ്ഞുങ്ങളുടെ കണ്ണിൽപ്പെടാതെ കഴിഞ്ഞോളാം. വെള്ളത്തിലേക്കിറങ്ങി നിൽക്കുന്ന മരത്തിന്റെ വേരുകൾക്കിടയിൽ നിന്ന് ഇനി പുറത്തു കടക്കില്ല. മാളങ്ങളിൽ നിന്ന് ഇനി വെള്ളിവെളിച്ചത്തിലേക്കിറങ്ങില്ല."

"നിങ്ങളെ പൊഴേലേക്കെറിഞ്ഞാൽ അപ്പൂം ഹരീം ചിണ്ടനും മുത്തുവും കിട്ടനുംചേർന്ന് എന്റെ കാല് തല്ലിയൊടിക്കും. എനിക്ക് പേടിയാ.." നന്ദുപറഞ്ഞു.

"ഇല്ല. നന്ദുവിനെ ആർക്കും ഒന്നും ചെയ്യാൻ കഴിയില്ല." വാലിൽ നിൽക്കുന്ന മീൻ പറഞ്ഞു, "ഞാൻ ഒരു സാധാരണ മീനല്ല."

"പിന്നെ?"

"സാധാരണമീൻ ഇങ്ങനെ വർത്തമാനം പറയോ? ഇങ്ങനെ വാലിൽ എഴുന്നു നിൽക്കുമോ?"

"ഇല്ല."

"അതിൽ നിന്നുതന്നെ നന്ദൂന് മനസിലാക്കിക്കൂടെ? ഞാനൊരു സാധാരണമീനല്ലെന്ന്."

"പിന്നെ ആരാണ് നിങ്ങൾ?"

നന്ദു ചോദിച്ചു.

"ഞാൻ മത്സ്യകന്യകയാണ്."

"മത്സ്യകന്യക!"

"അതെ."

"വായിച്ചിട്ടുണ്ട് ഞാൻ കഥകളിൽ ധാരാളം വായിച്ചിട്ടുണ്ട്."

നന്ദു മത്സ്യകന്യകയെ തൊഴുതുപോയി.

“നന്ദൂന് ഞാനൊരു വരം തരാൻ പോകുന്നു.”

വരം! നന്ദുവിന്റെ മുഖത്ത് അത്ഭുതവും സന്തോഷവും മിന്നിമറഞ്ഞു. ദൈവങ്ങൾ സാധാരണ മനുഷ്യർക്ക് വരം കൊടുത്ത കഥകളെത്രയോ മുത്തശ്ശി പറഞ്ഞുകേട്ടിട്ടുണ്ട്. ഇന്നലെ രാത്രിയാണ് സത്യസന്ധനായ മരംവെട്ടുകാരന് ദൈവം സ്വർണമഴു നൽകിയ കഥ മുത്തശ്ശി പറഞ്ഞത്. ദരിദ്രനായ താറാവുവളർത്തുകാരന് സ്വർണമുട്ടയിടുന്ന താറാവിനെ നൽകിയ കഥ പറഞ്ഞിട്ട് അധികദിവസമായില്ല. തൊടുന്നതെല്ലാം പൊന്നാവണമെന്ന വരം ചോദിച്ചു വാങ്ങിയ അത്യാഗ്രഹിയുടെ കഥകേട്ട് ചിരിച്ചതിന് കണക്കില്ല. താൻ തലയിൽ കൈവച്ചവരെല്ലാം ഭസ്മമാകണമെന്ന വരം വാങ്ങിച്ച ഭസ്മാസുരന്റെ കഥ കേട്ടപ്പോഴും ചിരിച്ചു, വയറുനിറയെ. ഏത് വരമായിരിക്കും തനിക്ക് ലഭിക്കാൻ പോകുന്നത്? അജ്ഞാതവാസകാലത്ത് പാണ്ഡവന്മാർക്കു ലഭിച്ച അക്ഷയപാത്രം പോലെ വല്ലതുമായിരുന്നെങ്കിൽ തരക്കേടില്ലായിരുന്നു. നന്ദിനിച്ചേച്ചിക്ക് അടുക്കളയിൽ കഷ്ടപ്പെടേണ്ടിവരില്ല. മുത്തശ്ശിക്ക് ഇഷ്ടമുള്ള പായസം വരുത്തിക്കൊടുക്കാൻ കഴിയും. ബാളുവിന് മൂന്നുനേരവും കോഴിയിറച്ചി നൽകാം. അമ്മിണിക്ക് ഇഷ്ടംപോലെ തേങ്ങാപ്പുണ്ണാക്ക് കലക്കിയ വെള്ളം

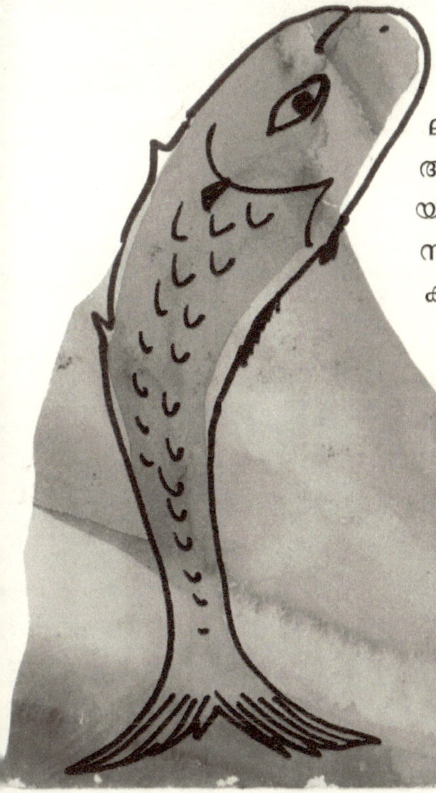

കുടിക്കാൻ കൊടുക്കാം. അപ്പുവിനും ഹരിക്കും ചിണ്ടനും മുത്തുവിനും കിട്ടനും വേണമെന്നു തോന്നുമ്പോഴൊക്കെ മധുരപലഹാരങ്ങൾ നൽകാം.

"എന്ത് വരാണ് എനിക്ക് തരാൻപോകുന്നത്?"

നന്ദു ചോദിച്ചു.

"മത്സ്യകന്യകയെ മനസിൽ ധ്യാനിച്ച് എന്തു കാര്യമാണ് സാധിക്കേണ്ടതെന്നു വച്ചാൽ അത് മൂന്നുതവണ ഉരുവിട്ടാൽ മതി. അക്കാര്യം ഉടൻ തന്നെ സാധിച്ചിരിക്കും. പക്ഷേ ഓർക്കുക, രണ്ടുതവണ മാത്രമേ മത്സ്യകന്യകയോട് ഇങ്ങനെ അപേക്ഷിക്കാൻ പാടുള്ളൂ. മൂന്നാം തവണ അപേക്ഷിച്ചാൽ അത് ഫലിക്കില്ല. മാത്രമല്ല രണ്ടുതവണ നേടിയ നേട്ടങ്ങളെല്ലാം തകർന്നു പോവുകയും ചെയ്യും."

എന്തു വേണമെന്നറിയാതെ നന്ദു പാളയിൽ പിടയുന്ന മീനുകളെയും പുഴയിലുള്ള കൂട്ടുകാരെയും മാറി മാറി നോക്കി.

"നന്ദൂ ചിന്തിച്ചിരിക്കാൻ സമയമില്ല. വേഗം! കൂട്ടത്തിൽ ഒരു മീനെങ്കിലും ചത്തുപോയാൽ പിന്നെ ഞങ്ങളും അതിന്റെ വഴിക്കു പോകും. ആത്മാഹൂതി ചെയ്യും."

മത്സ്യകന്യക ധൃതിപ്പെട്ടു.

അതാ, നന്ദു പതുക്കെ എഴുന്നേൽക്കുന്നു. മീനുകളെ രക്ഷിക്കാൻ തന്നെയാണ് ഭാവം. മത്സ്യകന്യക സാധാരണ മീനായി മാറുന്നു.

നന്ദു പാള കൈയിലെടുക്കുന്നു. കൈതക്കാടിന്റെ മറ പറ്റി നിന്ന് പാള പുഴയിലേക്കെറിയുന്നു. അതാ, മീൻ പിടിക്കുന്ന അപ്പുവിന്റെ തലയിലാണ് പാള ചെന്നു വീഴുന്നത്. മീനുകൾ പലയിടങ്ങളിലായി ചിതറി വീണു. അവ പുഴയുടെ അടിത്തട്ടിലേക്ക് ഊളിയിട്ടു പോയി, കരിങ്കൽക്കൂട്ടങ്ങൾക്കിടയിൽ അപ്രത്യക്ഷമായി.

എന്താണ് സംഭവിച്ചതെന്നറിയാതെ അപ്പുവും ഹരിയും സ്തബ്ധരായി നിന്നുപോയി. നന്ദു തങ്ങളെ പറ്റിച്ചതാണെന്ന ബോധ്യം വന്നപ്പോൾ തലതോർത്തുക കൂടി ചെയ്യാതെ അവർ കരയിലേക്കോടിക്കയറി. 'പിടിയവനെ!' 'നിനക്ക് രണ്ട് തന്നിട്ട്

ബാക്കിക്കാര്യം!' എന്നിങ്ങനെ ബഹളം വച്ചുകൊണ്ട് അവർ അത്തിമരത്തിനടിയിലെത്തി. അപ്പോഴേക്കും നന്ദു കാടിന്റെ മറ പറ്റി ശരവേഗത്തിൽ വീട്ടിലേക്ക് കുതിച്ചിരുന്നു.

കൊടും ചതിക്ക് പകരം ചോദിക്കാൻ പൊടിക്കുപ്പിയുടെ വലിപ്പമുള്ള അപ്പുവും ഹരിയും ചിണ്ടനും മുത്തുവും കിട്ടനും പിന്നാലെ കത്തിക്കയറി. കുതിർന്ന തോർത്ത് തുടയിൽ കുടുങ്ങി ഒന്നു രണ്ടെണ്ണം വഴിയിൽ വീണു. ഒരുത്തന്റെ കാൽമുട്ടിനാണ് പരിക്കെങ്കിൽ മറ്റൊരുത്തന്റെ മൂക്കിന്റെ തൊലിയാണ് പോയത്. മുട്ടും മൂക്കുമൊന്നും ഇവിടെ ഒരു പ്രശ്നമേയല്ല. കഷ്ടപ്പെട്ടു പിടിച്ച മീനത്രയും പുഴയിലേക്കു വലിച്ചറിഞ്ഞവനെ ഭംഗിയായി കൈകാര്യം ചെയ്യുകയാണ് വേണ്ടത്. അവനോട് പകരം ചോദിച്ചില്ലെങ്കിൽ ഇന്നിനി ഉറക്കംവരില്ല.

കൂട്ടരേ, ഇനി എന്താണ് സംഭവിക്കുക! നന്ദു ഇതിനകം കാവൽമാടത്തിൽ കയറിപ്പറ്റിയിട്ടുണ്ടാവും. സംശയമില്ല. അങ്ങനെയൊരു ഓട്ടമല്ലേ അവൻ ഓടിയത്! പിന്നാലെ മറ്റവന്മാരുമുണ്ട്. കാവൽമാടത്തിനു ചുവട്ടിൽ 'ബാളു' എന്തിനും തയാറായി നിൽക്കുന്നുണ്ട്. അതാണ് ഒരാശ്വാസം. വീട്ടുകാരെയല്ലാതെ മറ്റൊരുവനെയും അനുവാദമില്ലാതെ അവൻ കാവൽമാടത്തിനകത്തേക്ക് ജീവനോടെ വിടില്ല. എന്തായാലും ആ വികൃതിക്കുട്ടികളെത്തും മുമ്പേ നമുക്കവിടെ എത്തണം. കളി മുഴുവനായും കാണണം. അടിച്ചുവിട്ടോ. നീർച്ചാലുകൾ ചാടിക്കടന്ന്, കയറ്റങ്ങളിൽ കത്തിക്കയറി ഇറക്കങ്ങളിൽ ഉരുണ്ടുരുണ്ട് കാറ്റായും തീയായും ഓടിക്കോ കൂട്ടരേ, കാവൽമാടത്തിനടുത്തേക്ക്.

മൂന്ന്

നന്ദു ഇപ്പോൾ കാവൽമാടത്തിനകത്തേക്ക് കയറിയതേയുള്ളൂ. കണ്ടില്ലേ, ബാലു മുൻകാലുകൾ ഏണിപ്പടിയിൽ വച്ച് വെപ്രാളപ്പെട്ടുകൊണ്ട് എന്തൊക്കെയോ ശബ്ദം പുറപ്പെടുവിക്കുന്നത്. നന്ദുവിന്റെ വരവിൽ എന്തോ പന്തികേടുണ്ടെന്ന് അവന് മനസിലായിക്കാണണം. പറയാൻ കഴിവുണ്ടായിരുന്നെങ്കിൽ അതിപ്പോൾ തന്റെ മനസിന്റെ വിങ്ങലുകളാകെ വാക്കുകളിൽ പുരട്ടിയെടുത്ത് മുത്തശ്ശിയെ കേൾപ്പിക്കുമായിരുന്നു. ചങ്ങലപൊട്ടിച്ച് മുന്നോട്ടു കുതിക്കാൻ കെൽപ്പുണ്ടായിരുന്നെങ്കിൽ അതിപ്പോൾ കാവൽമാടത്തിനകത്തെത്തി നന്ദുവിന്റെ കാലിൽ മണത്തും ഉരുമ്മിയും പിൻകാലുകളിലുയർന്ന് മുൻകാലുകൾ നന്ദുവിന്റെ അരക്കെട്ടിൽ ചുറ്റി കരഞ്ഞും ചിരിച്ചും നിൽക്കുമായിരുന്നു. വെറുമൊരു നായയായിപ്പോയില്ലേ! ഉണ്ടചോറിനോട് നന്ദി കാണിക്കണമെന്നുവച്ചാൽ കഴിയുന്നില്ല.

പ്രശ്നം മനുഷ്യർക്കുമുണ്ട് ഇക്കാര്യത്തിലെന്ന് നന്ദു പാടിക്കേട്ടിട്ടുണ്ട്. 'തന്നതില്ല പരനുള്ളുകാട്ടുവാനൊന്നുമേ നരനുപായമീശ്വരൻ' എന്നു നന്ദു പാഠപുസ്തകം നോക്കി പാടാറുണ്ട്. എന്നാലും നായ്ക്കളെക്കാളും ഉപായങ്ങൾ മനുഷ്യർക്കുണ്ട്. വാക്കുകൾ സ്വന്തമായുണ്ട് എന്നതുതന്നെ വലിയ കാര്യം. നായ്ക്കൾക്കാണെങ്കിൽ കുരയും മുരൾച്ചയും ഞരക്കങ്ങളും

മാത്രം സ്വന്തം. സമയവും സന്ദർഭവും നോക്കി അത് പ്രകടിപ്പിച്ചില്ലെങ്കിൽ ഏറുവീഴും.

കഥയ്ക്കുള്ളിൽ ഒളിച്ചിരുന്ന് അരൂപികളായി മാറിയ നമ്മുടെ മണം ബാലു പിടിച്ചെടുത്തു കഴിഞ്ഞു. കൂട്ടരേ, വേഗം അകത്ത് കടന്നോ. അതെ, ആ മൂലയിൽത്തന്നെ കുത്തിയിരുന്നോ. ഇതാ ബാലു മുഖമുയർത്തി മൂക്കുവിറപ്പിച്ച് എന്തെല്ലാമോ വികൃത ശബ്ദം പുറപ്പെടുവിക്കുന്നുണ്ട്. ഒന്നിലേറെ മനുഷ്യരുടെ ഗന്ധം അത് തീക്ഷ്ണമായി തിരിച്ചറിയുകയാണ്. പക്ഷേ മനുഷ്യരെ കാണാനില്ല. ഇതുവരെ ഇങ്ങനെയൊരനുഭവമുണ്ടായിട്ടില്ല ബാലുവിന്. കാവൽമാടത്തിന്റെ ഏതോ ഭാഗത്ത് അവർ ഒളിഞ്ഞിരിപ്പുണ്ട്. പിടികൂടണം. ചങ്ങലപൊട്ടിക്കാൻ ഒരു ശ്രമം നടത്തി അവൻ. കഴിഞ്ഞില്ല. ഞരങ്ങി. അമറി. ഒന്നും നടക്കാതെ വന്നപ്പോൾ നടുനിലാവിൽ വെള്ളരിപ്പാടത്തിറങ്ങിയ കുറുക്കന്മാരെപ്പോലെ ഓരിയിടാൻ തുടങ്ങി.

"അശ്രീകരം! സന്ധ്യാസമയത്ത് ഓന്റെ ഒരു നെലവിളി! ബാലൂ,. അടങ്ങിയിരിക്കുന്നുണ്ടോ നീ.. അല്ല ഞാനങ്ങോട്ട് വരണോ?"

മുത്തശ്ശി ഒച്ചവച്ചപ്പോൾ അവനൊന്നടങ്ങി.

മുൻകാലുകൾകൊണ്ട് നിലത്തു മാന്തി ഒന്നു വട്ടം കറങ്ങി കോണിച്ചുവട്ടിൽ ചുരുണ്ടു.

കാര്യമില്ലാതെ ബാലു ഒച്ചവയ്ക്കില്ലെന്ന് മുത്തശ്ശിയെങ്കിലും മനസിലാക്കണമായിരുന്നു. അതുണ്ടായില്ല.

എന്തെന്നില്ലാത്ത ദുഃഖം തോന്നി ബാലുവിന്.

അവന്റെ കണ്ണുകൾ നിറഞ്ഞു.

തൊണ്ടയിൽ നിന്ന് നേർത്ത ഞരക്കം പുറത്തേക്കൊഴുകി.

മുത്തശ്ശി നന്ദുവിന്റെ തല തോർത്തുകയാണ്.

"കുളിച്ചിട്ട് തല തോർത്താതെ വരാൻ ന്താ ഇത്, ചെറിയ കുട്ട്യാനീയ്! ങ്ങനെ വെള്ളത്തില് മദിക്കാൻ തൊടങ്ങ്യാൽ പനി പിടിക്കല്ലോ ന്റെ ഭഗവതീ..."

മുത്തശ്ശിക്ക് ഇനി ഇന്നേക്കിതുമതി. തോർത്തുമ്പോഴും രാസ്നാദി തലയിൽ തിരുമ്മുമ്പോഴും പറഞ്ഞുകൊണ്ടേയിരിക്കും.

"നന്ദൂന് പനിവരാതെ ഭഗോതി നോക്കിക്കൊള്ളും മുത്തശ്ശീ..."

ദീപു മുത്തശ്ശിയെ ഒന്നു സന്തോഷിപ്പിക്കാൻ വേണ്ടി പറഞ്ഞു.

"ങാ... വല്യവർത്തമാനം പറയാതെ പെട്ടീന്ന് ആ ട്രൗസറെ ടുത്തിട്." മുത്തശ്ശി പറഞ്ഞു.

മൂലയിൽ നെല്ലിൻ ചാക്കിന്മേൽ വച്ചിരുന്ന ഇരുമ്പു പെട്ടി തുറന്ന് ഒരു ട്രൗസറെടുത്തിടുന്നതിനിടയിൽ നന്ദു മുത്തശ്ശിയോട് പറഞ്ഞു:

"ദാ മുത്തശ്ശീ.. ഇങ്ങോട്ട് നോക്കണ്ട. ഞാൻ ട്രൗസറിടുന്നുണ്ട്."

"ഓ ആരും കണ്ടിട്ടില്ല നിന്റെ.."

മുത്തശ്ശിക്ക് ചിരിക്കാതിരിക്കാൻ കഴിഞ്ഞില്ല.

"ഞാൻ വല്യ കുട്ടിയായില്ലേ മുത്തശ്ശീ. ഏഴ്ന്ന് എട്ടിലേക്ക് പാസായില്ലേ?"

നനഞ്ഞ തോർത്ത് അയയിൽ ഇടുന്നതിനിടയിൽ നന്ദുപറ ഞ്ഞു:

"ഇനി വല്യ കുട്ട്യോളോടൊപ്പമല്ലെ ഞാൻ പഠിക്കേണ്ടത്."

"പഠിച്ചതൊക്കെ മതി" മുത്തശ്ശി പറഞ്ഞു. പുസ്തകത്തിനും അതിനും ഇതിനുമൊക്കെ എട്ന്നാ ഞാൻ പണം ഉണ്ടാക്കണ്ടത്?

നന്ദു ഇരുമ്പുപെട്ടിയിലെ ഭണ്ഡാരം എടുത്തുയർത്തി ക്കൊണ്ട് പറഞ്ഞു.

"എന്റെ പഠിത്തത്തിന് വേണ്ടത് ഈനകത്ത്ണ്ട്. എത്രണ്ടാ വുന്നാ മുത്തശ്ശി കരുത്യേ?"

"ഓ ഏറിയാ അതില് പത്തിരുപത്തഞ്ചുറുപ്യ കാണും. അത് മത്യോ നിന്റെ പഠിത്തത്തിന്?"

മുത്തശ്ശി ചോദിച്ചു.

നന്ദു പൊട്ടിച്ചിരിച്ചുകൊണ്ട് പറഞ്ഞു: "എന്നാ കേട്ടോ മുത്ത ശ്ശി. ഈനകത്ത് അമ്പതുറുപ്യേലധികം ണ്ട്. പത്തിന്റെ നോട്ട് തന്നെ നാലെണ്ണംണ്ട്. കൂലോത്ത് വിഷ്ണുമൂർത്തിയെ കെട്ടി യപ്പൊം കുറിപ്പണം കിട്ടിയതാ. എന്റെ ആദ്യത്തെ തെയ്യായിരു ന്നില്ലേ മുത്തശ്ശീ അത്."

കൂട്ടരേ. കേട്ടില്ലേ തെയ്യം കെട്ട് കുലത്തൊഴിലാക്കിയ കുടും ബമാണ് മുത്തശ്ശിയുടേത്. നന്ദുവിന്റെ അച്ഛൻ കൃഷ്ണൻ പണി

ക്കരും അച്ഛന്റെ അച്ഛൻ ദേർമൻ പണിക്കരും വലിയ തെയ്യക്കാരായിരുന്നു. മലയോരത്തല്ല, കടലോരത്തായിരുന്നു വീട്. നന്ദുപിറന്നതും വളർന്നതും കടലിന്റെയും ചെണ്ടയുടെയും ശബ്ദം സദാ അലയടിച്ചിരുന്ന നീർച്ചാൽ ഗ്രാമത്തിലായിരുന്നു. തോറ്റംപാട്ടും നാട്ടിപ്പാട്ടും മത്സരിക്കുന്ന ഗ്രാമം. നെൽവയലുകളും പുകയിലപ്പാടങ്ങളും പരന്നുകിടക്കുന്ന ഗ്രാമം. ആടിവേടൻ തെയ്യം നീർച്ചാലിലെ വീടുകൾ കയറിയിറങ്ങുന്ന മാസം കർക്കിടകം. കാലം വെളുക്കുന്നത് അതോടെയാണ്. കന്നി മുതൽ ഇടവപ്പാതിവരെ തറവാട്ടുമുറ്റങ്ങളിലും കാവുകളിലും തെയ്യത്തിന്റെ ആരവങ്ങളാണ്. ശങ്കരമ്മാമന്റെ പിന്നാലെ തിരുമുറ്റങ്ങളിൽ നിന്ന് തിരുമുറ്റങ്ങളിലേക്ക് നന്ദു നടന്നു നീങ്ങും. തെയ്യക്കോപ്പുകൾ അടക്കംചെയ്ത ചൂരൽപ്പെട്ടി ചുമന്നും ചെണ്ട തോളിൽ തൂക്കിയും, വയൽ വരമ്പുകളും നാട്ടുവഴികളും പിന്നിട്ടു പോകുന്ന സംഘത്തിലൊരാളായി നന്ദുവും കൂടെയുണ്ടാവും. ദിവസങ്ങളോ ആഴ്ചകളോ എടുക്കും വീട്ടിൽ തിരിച്ചെത്താൻ. പിന്നെയും സഞ്ചാരം തുടരും.

"എന്റെ ആദ്യത്തെ തെയ്യായിരുന്നില്ലെ മുത്തശ്ശീ അത്" എന്നു പറഞ്ഞപ്പോൾ നന്ദുവിന്റെ മുഖത്ത് ഒരു വെയിലിറങ്ങിപ്പോയത് കണ്ടില്ലേ കൂട്ടരേ നിങ്ങൾ? ആ ഓർമകളിലേക്ക് വഴുതി വീണുപോയതാണവൻ.

ചൂട്ടുവെളിച്ചത്തിൽ തിളങ്ങുന്ന രാത്തെയ്യങ്ങൾ.

വട്ടമുടിയും വലിയ മുടിയുമായി തിരുനടയിൽ കയറി നിന്ന് വിശ്വരൂപം കാണിക്കുന്ന ചാമുണ്ഡി. പുഞ്ചപ്പാടവും പുകയിലപ്പാടവും കടന്ന് തോട്ടുവക്കത്തെത്തുമ്പോൾ കേട്ടു തുടങ്ങുന്ന കളിയാട്ടച്ചന്തയിലെ ഊഞ്ഞാലിന്റെ നിലവിളി.

ഈ മലയോരത്തെത്തിയപ്പോൾ എന്തെല്ലാമോ നേടി. നേടിയതിനെക്കാൾ കൂടുതലായിരുന്നു നഷ്ടങ്ങൾ. നഷ്ടങ്ങളുടെ ആ വലിയ ലോകം ചിലപ്പോൾ കൺമുമ്പിൽ തെളിഞ്ഞുകാണാറുണ്ടവൻ. അതാ, നന്ദുവിന്റെ കണ്ണുകൾ നിറയുന്നു!

മുത്തശ്ശിയും ഒരുവേള നിശ്ശബ്ദയായി.

നന്ദുവിന്റെ ആദ്യത്തെ തെയ്യം.

കൂലോത്ത് കെട്ടിയാടിയ വിഷ്ണുമൂർത്തി.

ചെറിയമ്പ്രാന്റെ നിർബന്ധം. നന്ദു വിഷ്ണുവിന്റെ കോലം കെട്ടിക്കാണണമെന്ന്. കഴിയില്ലാന്നെങ്ങനെ പറയും? വല്യമ്പ്രാന്റെ മോനല്ലേ പറയുന്നത്! തീപ്പെട്ടെങ്കിലും വല്യമ്പ്രാൻ ചെയ്തുതന്ന ഉപകാരങ്ങൾ മറക്കാൻ കഴിയോ! നന്ദൂന്റെ മുത്തശ്ശനെ ഈ മലയോരത്തേക്ക് കൊണ്ടുവന്നതും പൊന്നുവിളയുന്ന രണ്ടേക്കർ മണ്ണ് പതിച്ചു തന്നതും വീടു കെട്ടിത്തന്നതുമെല്ലാം വല്യമ്പ്രാനായിരുന്നു. കളിയാട്ടത്തിന് നാട്ടിൽ വന്നപ്പോൾ വല്യമ്പ്രാൻ പറഞ്ഞു. "മലയോരത്തൊരു പെരുമലയൻ വേണം. ദേർമൻ പണിക്കര് തന്നെ വേണംന്ന് നമുക്ക് നിർബന്ധം. മണ്ണു തരാം. വീടുവച്ചു തരാം. പിന്നെ എന്താണെന്നുവച്ചാ അത് പറഞ്ഞാമതി." മറുപടി പറയാൻ കഴിയാതെ കുറച്ചുനേരം തരിച്ചിരുന്നുപോയി നന്ദൂന്റെ മുത്തശ്ശൻ.

"ഇത്രയധികം ആലോചിക്കാനൊന്നൂല്ല പെരുമലയാ. നിന്റെ പെണ്ണിനേം കൂട്ടിക്കോ. ഇവിടെ കാര്യങ്ങള് നോക്കി നടത്താൻ നിന്റെ മോനില്ലേ, കൃഷ്ണൻ പണിക്കര്. ഒന്നും പേടിക്കണ്ട. ഓന്റെ പെണ്ണും കാര്യപ്രാപ്തി ഉള്ളോളാ."

വല്യമ്പ്രാന്റെ വാക്കിനൊരെതിർവാക്ക് പറയാൻ തോന്നിയില്ല. നന്ദു അന്ന് ഭൂമി കണ്ടിരുന്നില്ല. അച്ഛന്റെയും മോന്റെയും ആദ്യത്തെ തെയ്യം കാണാനുള്ള യോഗം ഈയുള്ളവൾക്കുണ്ടായി. ആദ്യത്തെ തെയ്യം കെട്ടുമ്പോൾ കൃഷ്ണനും ഇതേ പ്രായായിരുന്നു. പുതിയ അരയോട ഉണ്ടാക്കേണ്ടി വന്നു രണ്ടാൾക്കും.

മുത്തശ്ശി നന്ദുവിനെ അരികിൽ ചേർത്തു നിർത്തി മൂർധാവിൽ തലോടി.

"നിന്റെ അച്ഛനെക്കാളും വലിയ തെയ്യക്കാരനാവണം മോനേ നീ... പട്ടും വളേം വാങ്ങിച്ച് നിന്റെ മുത്തശ്ശനെപ്പോലെ ഒരു പെരുമലയനാവണം. എല്ലാവരും പോയി. പേരും പെരുമയും നേടി നിന്റെ അച്ഛനും പോയി. വിളിച്ചിറക്കിക്കൊണ്ടു പോകുന്നതുപോലെ നിന്റെ അമ്മയും. എല്ലാം കാണാനും കേൾക്കാനും ഈ ഞാൻ മാത്രം. ഭഗോതീ, എന്റെ കുട്ട്യോളെ കാത്തോളണേ..."

മുത്തശ്ശിയുടെ കണ്ണുകൾ നിറഞ്ഞൊഴുകി. വാക്കുകൾ കണ്ണീരുപ്പിൽ കുതിർന്നു.

ആകാശം ഒന്നു മുരണ്ടു. മലമുടികൾക്കു മുകളിൽ കാർമേഘങ്ങൾ ഉരുണ്ടുകൂടി. തണുത്ത കിഴക്കൻകാറ്റ് കാവൽമാടത്തിനകത്ത് ചുറ്റിക്കറങ്ങി. മുത്തശ്ശി ജനലിലൂടെ പുറത്തേക്കു നോക്കി.

ഇരുട്ടു വീണ വഴിയിലൂടെ അപ്പോൾ ഒരു സംഘം കുട്ടികൾ കാവൽ മാടത്തിനു നേർക്ക് ഓടി വരുന്നുണ്ടായിരുന്നു.

കൂട്ടരെ, കേൾക്കുന്നില്ലേ, ആ വികൃതിപ്പിള്ളേരുടെ ശബ്ദം. ഇതാ, അവരടുത്തെത്തിക്കഴിഞ്ഞു. എന്തൊക്കെയാ ഇനി സംഭവിക്കാൻ പോകുന്നതെന്ന് ആർക്കറിയാം!

നാല്

പിണക്കം മറന്ന് ബാളു കുട്ടികളുടെ നേർക്ക് കുരച്ചു ചാടി. മുത്തശ്ശി എന്തു ചീത്ത പറഞ്ഞാലും തിന്ന ചോറിനോട് കൂറ് കാണിക്കാതിരിക്കാൻ കഴിയില്ല. പറമ്പിൽ അതിക്രമിച്ചു കടക്കുന്നവരുടെ നേർക്ക് കുരച്ചു ചാടാതിരുന്നാൽ അത് തന്റെ വംശത്തിനു തന്നെ അപമാനമായിരിക്കും. വരുന്നതുവരട്ടെ. നന്ദു ഒന്നുകൂടി ഉഷാറായി. നിലത്തുമാന്തി. ചങ്ങലപൊട്ടിപ്പോകും വിധം ഉയർന്നു ചാടി കുരയോട് കുര. അപ്പുവും ഹരിയും ചിണ്ടനും മുത്തുവും കിട്ടനും പേടിച്ചു വിറച്ചുപോയി. കെട്ടിയിരിക്കുന്ന കുറ്റി പിഴുതെടുത്ത് അവനുടൻ കുതിച്ചെത്തി തങ്ങളെ കടിച്ചു കുടയുമെന്ന് അവർക്ക് തോന്നി. തിരിച്ചുപോയാലോ?

കോണിപ്പടിയിലേക്കു നീട്ടിയ കാൽ അപ്പു പെട്ടെന്നു പിൻവലിച്ചു. കൂട്ടുകാരെ നോക്കി. അവരും പേടിച്ചുവിറച്ചു നിൽക്കുകയാണ്. തൊട്ടു പിന്നിൽ നിൽക്കുന്ന ഹരിയോട് അപ്പു അഭിപ്രായമാരാഞ്ഞു.

“എന്താ ഹരി വേണ്ടത്?”

“വിളിക്കോനെ, നന്ദൂനെ” ഹരി പറഞ്ഞു.

അങ്ങനെയൊരഭിപ്രായമല്ല അപ്പു ഹരിയിൽനിന്ന് പ്രതീക്ഷിച്ചത്.

ബാളുവിന്റെ കടി കൊള്ളാൻ നിൽക്കാതെ തിരിച്ചുപോകാ

മെന്നും നന്ദുവിനെ മറ്റെവിടെ നിന്നെങ്കിലും പിടികൂടാമെന്നും ഹരി പറയുമെന്ന് അപ്പു കരുതി. അതുണ്ടായില്ല. ഇനിയിപ്പോൾ ചോദിക്കാതെ തിരിച്ചുപോകുന്നത് ശരിയല്ല. സന്ദർഭം കിട്ടിയാൽ ഹരി തന്നെ കളിയാക്കും. നന്ദൂനെ ശരിയാക്കിയിട്ട് മറ്റുകാര്യം എന്നു പറഞ്ഞ് വീരശൂരപരാക്രമിയെപ്പോലെ ഇറങ്ങിപ്പുറപ്പെട്ട ആൾ ഒരു നായയുടെ കുരകേട്ട് വാലുതാഴ്ത്തി ജീവനും കൊണ്ടോടി എന്ന് മറ്റുള്ളവരുടെ മുമ്പിൽവച്ച് അവൻ വച്ചുകാച്ചും. അതുകേട്ട് ചിരിക്കാനും ആൾക്കാരുണ്ടാവും. ചിണ്ടനും കിട്ടനും മുത്തുവിനും ചിരിക്കാൻ അതുതന്നെ ധാരാളം. സഹിക്കാൻ പറ്റില്ല. പ്രത്യേകിച്ചും കിട്ടന്റെ ചിരി. കേട്ടപ്പല്ല് മുപ്പത്തിരണ്ടും കാട്ടിയുള്ള അവന്റെയൊരു ചിരിയുണ്ട്! ചൊറിഞ്ഞുവരും!

വരുന്നതുവരട്ടെ.

"നന്ദൂ..." അപ്പു വിളിച്ചു.

വേണ്ടത്ര വീര്യം ആ വിളിക്കുണ്ടായോ എന്ന് അവൻ സംശയിച്ചു.

അകത്തു നിന്ന് മറുപടിയൊന്നുമുണ്ടായില്ല.

അപ്പുവിന് അപ്പോൾ അൽപ്പം ധൈര്യം വന്നു.

വിളിച്ചിട്ടും വിളി കേൾക്കാതെ അകത്ത് പേടിച്ച് പതുങ്ങിയിരിക്കുകയാണവൻ.

"എടാ നന്ദൂ... അകത്തൊളിച്ചിരിക്കാതെ ഇറങ്ങിവാടാ.. ഇങ്ങോട്ട്!"

ശബ്ദത്തിന്റെ വീര്യത്തിൽ അവൻ സ്വയം സംതൃപ്തനായി. എങ്ങനെയുണ്ട് എന്ന് ഹരിയെ നോക്കി. മറ്റുകൂട്ടുകാരെ നോക്കി. പിന്നെ ഒന്നുകൂടി ഉച്ചത്തിൽ വിളിച്ചു:

"നന്ദൂ.... വരുന്നതാണ് നിനക്ക് നല്ലത്."

വന്നു. പക്ഷേ, നന്ദുവായിരുന്നില്ല മുത്തശ്ശി.

"എന്താ വേണ്ടത് കുട്ട്യോളെ നിങ്ങക്ക്?" മുത്തശ്ശി ചോദിച്ചു.

"നന്ദൂനെ വേണം." അപ്പു പറഞ്ഞു

"എന്തിനാ?"

"ഓ! മുത്തശ്ശിക്ക് അതും അറിയണം. എന്നാ കേട്ടോ ഓന് രണ്ട് വീക്ക് വീക്കണം."

അപ്പു നിന്നു വിറച്ചു. ദേഷ്യം അടക്കാൻ കഴിയാതെ.

"വീക്കു വീക്കാന്നെന്താ, ഓൻ വീക്കു ചെണ്ടയാണോ കുട്ട്യോളെ..."

മുത്തശ്ശിക്കും വന്നു ദേഷ്യം.

വീക്കു ചെണ്ടയാണോ എന്ന മുത്തശ്ശിയുടെ ചോദ്യത്തിന് എന്തു മറുപടി പറയണമെന്നറിയാതെ അപ്പു കുഴങ്ങി. മനസിൽ കരുതിവച്ചിരുന്ന ചോദ്യവും ഉത്തരവും ഇതിനകം കഴിഞ്ഞു. ഇനി?

"ഇനിയെന്താ പറയേണ്ടത്?"

നന്ദു ഹരിയോട് ചോദിച്ചു.

"എല്ലാം പറ, ഞാൻ പറഞ്ഞുതന്നതെല്ലാം."

"അതല്ല, വീക്കുചെണ്ടേടെ കാര്യം പറഞ്ഞില്ലേ. അതിനെന്താ മറുപടി പറയേണ്ടത്?"

"ഹൊ! ഇവനെക്കൊണ്ട് തോറ്റു."

ഹരി പിറുപിറുത്തു.

"പൊഴേന്നു കയറി ചാടിപ്പുറപ്പെട്ടപ്പോ ഞാൻ കരുതി എല്ലാം തവിടുപൊടിയാക്കുംന്ന്."

"എന്താ കുട്ട്യോളേ, നിങ്ങളിങ്ങനെ നിന്നു പരുങ്ങുന്നത്!"

മുത്തശ്ശി ചോദിച്ചു.

"ഞങ്ങള് പിടിച്ച മീനെന്തിനാ നന്ദു പൊഴേലെറിഞ്ഞത്?"

അപ്പു ചോദിച്ചു.

"അത് വല്യ മീനാവാൻ വേണ്ടി." മുത്തശ്ശി പറഞ്ഞു.

തുടർന്നെന്തു പറയണമെന്നറിയാതെ അപ്പു പിന്നിലേക്കു നോക്കി.

"ഹരീ വല്യമീനാവാൻ വേണ്ടിയത്രെ പൊഴേലെറിഞ്ഞത്. ശര്യാ അല്ലെ?"

ഹരിക്ക് അതുകേട്ട് കലികയറി.

"ഒരു വസ്തൂന് കൊള്ളില്ലെടാ ഇവനെ. വാ നമുക്കു പോകാം." അവൻ മറ്റുകൂട്ടുകാരോടായി പറഞ്ഞു.

ഹരിയുടെ ആ നീക്കം അപ്പുവിനെ വല്ലാതെ ക്ഷീണിപ്പിച്ചു. വരുന്നത് വരട്ടെ എന്നു കരുതി അവൻ കോണിപ്പടിയിലൂടെ മുത്തശ്ശിയുടെ നേർക്ക് നടന്നു. പക്ഷേ ബാളു വിട്ടില്ല. ബാളുവിന്റെ മുൻകാലുകൾ അവന്റെ കാലുകളിൽ ചുറഞ്ഞു നിന്നു. അവൻ കോണിപ്പടിയിൽ മൂക്കുകുത്തി വീണു. വീണിടത്തു നിന്നും എഴുന്നേറ്റ് വീണ്ടും മുകളിലോട്ടു കയറാൻ ഒരു ശ്രമം നടത്തി.

"എങ്ങോട്ടാ?" മുത്തശ്ശി ചോദിച്ചു.

"നന്ദൂന്റടുത്തേക്ക്." അപ്പു പറഞ്ഞു.

"നന്ദൂ..."

മുത്തശ്ശി ഉറക്കെ വിളിച്ചു.

"ഞാനിവിടെണ്ട് മുത്തശ്ശീ."

നെല്ലിൻ ചാക്കിനു പിറകിൽനിന്ന് നന്ദു വിളികേട്ടു.

"വാടാ നമ്മുടെ ബാലൂനെ ഒന്നഴിച്ചുവിട് വേഗം!"

മുത്തശ്ശി പറയേണ്ട താമസം, ഹരിയും ചിണ്ടനും കിട്ടനും മുത്തുവും തിരിഞ്ഞോടി. കോണിപ്പടി കയറിയതിന്റെ ഇരട്ടി വേഗത്തിൽ അപ്പു താഴേക്ക് ഊർന്നുവീണു. ഉരുണ്ടു പിരണ്ടെഴുന്നേറ്റ് അവൻ ജീവനും കൊണ്ടോടി.

നന്ദു നെല്ലിൻ ചാക്കിന്റെ മറവിൽ നിന്നെഴുന്നേറ്റ് ജനലിലൂടെ പുറത്തേക്കു നോക്കി. അവൻ കണ്ടു, കൂട്ടുകാരുടെ ഓട്ടം!

"പേടിത്തൊണ്ടന്മാര്! ഓടുന്ന ഓട്ടം കണ്ടില്ലേ മുത്തശ്ശീ..."

"ഓ! ധൈര്യവാൻ ഇത്രേം നേരം നെല്ലിൻ ചാക്കിനു പിന്നിലായിരുന്നല്ലോ. ഞാൻ കണ്ടു നിന്റെ വെറയില്! ഞാൻ കേട്ടു നിന്റെ നെഞ്ച് പിടയ്ക്കുന്നത്! നീയെന്തിനാ ആ കുട്ട്യോള് പിടിച്ച മീൻ പൊഴേലേക്കെറിഞ്ഞത്?"

"മീനെന്നോട് പറഞ്ഞു അതിനെ രക്ഷിക്കാൻ. ഞാൻ രക്ഷിച്ചു. രക്ഷിച്ചതിന് മത്സ്യകന്യക എനിക്കൊരു വരവും തന്നു" നന്ദു പറഞ്ഞു.

"പോടാ! നിന്റെയൊരു നൊണപറച്ചില്!"

"നേരാ മുത്തശ്ശി."

താൻ പറഞ്ഞത് മുത്തശ്ശി വിശ്വാസത്തിലെടുക്കാത്തതിൽ നന്ദുവിന് വിഷമം തോന്നി.

"ഞാൻ പറയുന്നതൊക്കെ തമാശ! മുത്തശ്ശി പറയുന്നതെല്ലാം നേര്! ഇന്നലെ രാത്രിയല്ലേ സത്യസന്ധനായ മരംവെട്ടുകാരന് വരം ലഭിച്ച കഥ മുത്തശ്ശി പറഞ്ഞത്?" നന്ദു മുഖം വീർപ്പിച്ചു.

"അത് കഥയല്ലെ മോനെ...."

"ഇതോ?"

"ഇത് ജീവിതം. ജീവിതം കഥയല്ല."

"പിന്നെ?"

"ജീവിതം മുമ്പോട്ട് കൊണ്ടുപോകാനുണ്ടാക്കുന്ന പാഠങ്ങളാണ് കഥ. ജീവിതത്തിൽ സത്യസന്ധരായിരിക്കണമെന്ന് മനുഷ്യരെ പഠിപ്പിക്കാനുണ്ടാക്കിയ ഒരു പാഠമാണ് മരംവെട്ടുകാരന്റെ കഥ. അതറിയില്ലെ നിനക്ക്? ഇല്ലെങ്കില് അതറിയണം മോനെ..."

മുത്തശ്ശി അപ്പുവിന്റെ മൂർധാവിൽ തലോടി. മുത്തശ്ശിയുടെ തലോടലിൽ അലിഞ്ഞു തീരാത്ത ദുഃഖമില്ല. ആ വിരലുകൾക്ക് മായ്ച്ചു കളയാൻ കഴിയാത്ത സങ്കടങ്ങളില്ല.

"നേരം ഇരുട്ടിത്തുടങ്ങി മോനെ.. എന്തെല്ലാം പണിണ്ട് ഇനി ബാക്കി! അമ്മിണീനെ കൊണ്ടുവരണം ഓൾക്ക് വെള്ളം കൊടുക്കണം. വെളക്ക് വയ്ക്കണം. നാമം ജപിക്കണം. മഴയാണെങ്കില് ദാ ഇപ്പം പെയ്യുംന്ന് പറഞ്ഞ് നിക്കാ പോ മോനെ..."

നന്ദുവിന് സന്തോഷമായി.

"ഏച്ചി എവിടെ മുത്തശ്ശീ.." അവൻ ചോദിച്ചു.

"ഓള് അടുക്കളേല്ണ്ടാവും മോനേ.. പാവം! കുട്ട്യോളോടൊപ്പം കളിച്ചു നടക്കേണ്ട പ്രായം. അടുക്കളപ്പണിയെടുക്കാനാ വിധി. ഓളെ ഒരുത്തന് ഏൽപ്പിച്ചു കൊടുക്കുന്നതുവരെ എന്റെ കണ്ണടയാതെ നോക്കണേ ഭഗോതീ!"

"ഇപ്പൊ തൊടങ്ങും മുത്തശ്ശി കരയാൻ. കണ്ടുനിൽക്കാനാവില്ല."

നന്ദു കോണിപ്പടികളിറങ്ങി. ബാളുവിനെ ചങ്ങലയിൽ നിന്നു മോചിപ്പിച്ചു. അവൻ സന്തോഷാധിക്യത്താൽ കാവൽമാടത്തിനു ചുറ്റും മൂന്നുവട്ടം ഓടി. പിൻകാലുകളിലുയർന്ന് മുൻകാലുകൾ നന്ദുവിന്റെ അരക്കെട്ടിൽ ചേർത്തുവച്ച് നിന്നു. അവ്യക്തമായി എന്തൊക്കെയോ പറഞ്ഞു.

"വാടാ നമുക്ക് അമ്മിണിയെ അഴിച്ചു കൊണ്ടുവരാം."

നന്ദുവിന്റെ പിന്നാലെ അനുസരണയോടെ ബാളു നടന്നു.

"കൂട്ടരേ, നന്ദു ഇറങ്ങിക്കഴിഞ്ഞു. നമുക്കും അവന്റെ പിന്നാലെ പോകാം. മേയാൻ കെട്ടിയിട്ടിരിക്കുന്ന അമ്മിണിയെ കൊണ്ടുവരാനാണവൻ പോകുന്നത്. ഇരുട്ടു വീണു തുടങ്ങിയ ഏകാന്തമായ വഴിയിലൂടെ ചെടിത്തലപ്പുകളെ തലോടിയും അവയോട് സംസാരിച്ചും അവനതാ മുന്നോട്ടു പോകുന്നു. എല്ലാ ജീവജാലങ്ങളുടെയും ഭാഷ മനസിലാക്കാനുള്ള കഴിവ് കുഞ്ഞു

ങ്ങൾക്ക് ജന്മനാ ലഭിക്കുന്നുണ്ട്. മറ്റു ഭാഷകളുടെ വരവോടെ അവർക്ക് ആ കഴിവ് നഷ്ടപ്പെടുന്നു. പ്രായം അവരിൽ നിന്ന് ഈ കഴിവ് ചോർത്തിയെടുത്തു കളയുന്നു. പക്ഷേ നന്ദു പ്രായത്തിന്റെ കള്ളക്കളികളെ ചെറുത്തു തോൽപ്പിക്കുന്നു. മറ്റുഭാഷകളുടെ വരവിലും ജന്മഭാഷ സംരക്ഷിക്കാനുള്ള ഇടം മനസിൽ സൂക്ഷിക്കുന്നു.

അതാ, കനിമരുതിന്റെ ഇല പറിച്ചെടുത്ത് നന്നായി ചുരുട്ടി ഒരറ്റം വിരലുകൊണ്ടമർത്തി, അമർത്തിയ ഭാഗം ചുണ്ടുകൾക്കിടയിൽ തിരുകിവച്ച് അവൻ നാദസ്വരം വായിക്കുന്നു. മഴക്കാർ മൂടിയ ആകാശത്തിനു കീഴെ അവന്റെ നാദസ്വരക്കച്ചേരി ഒരു വിലാപമായി പടരുന്നു. കാടിനുള്ളിൽ നിന്ന് അമ്മിണി ആ നാദസ്വരവിദ്വാന്റെ സാമീപ്യം മോന്തിക്കാറ്റിലൂടെ അടുത്തറിയുന്നു. അവൾ മ്ഹേ... മ്ഹേ... എന്ന പതിവു രാഗത്തിൽ കരച്ചിൽ തുടങ്ങി. ബാളു ആ നിലവിളിയുടെ നേർക്ക് ഓടുന്നു. പിന്നാലെ നന്ദുവും.

ഒരു കാഞ്ഞിരമരത്തിന്റെ തടിയൻ വേരിലായിരുന്നു അമ്മിണിയെ കെട്ടിയിരുന്നത്. മരത്തിനു ചുറ്റും മേഞ്ഞുമേഞ്ഞ് നടന്നപ്പോഴായിരിക്കണം കയർ എവിടെയൊക്കെയോ കുടുങ്ങി അനങ്ങാൻ വയ്യാത്ത വിധത്തിലായതവൾ. കുറേ നേരമായിരിക്കാണം ബന്ധനസ്ഥയായ കുറ്റവാളിയെപ്പോലെ അവൾ ഇങ്ങനെ നിൽക്കുന്നത്. വയർ ഒട്ടിയിരിക്കുന്നു. ദാഹം സഹിക്കവയ്യാഞ്ഞിട്ടായിരിക്കണം അവൾ നിന്നു കിതയ്ക്കുകയാണ്. നന്ദുവിനെ കണ്ടതോടെ അവളുടെ ദുഃഖവും അമർഷവും അണപൊട്ടിയൊഴുകി. തൊണ്ടപൊട്ടിയുള്ള നിലവിളിയിലേക്ക് അവളുടെ കരച്ചിൽ മാറിക്കഴിഞ്ഞു.

ബന്ധനത്തിൽ നിന്ന് അമ്മിണിയെ മോചിപ്പിക്കാൻ നന്ദുവിന് കുറേ പണിപ്പെടേണ്ടിവന്നു. വിശപ്പിന്റെ കാഠിന്യം കാരണം അവൾ കാട്ടുചെടിത്തലപ്പുകൾ കടിച്ചെടുത്ത് വിഴുങ്ങിക്കൊണ്ടിരുന്നു. ഇവളുടെ വിശപ്പുമാറും വരെ ആ കാട്ടിൽ നിന്നാൽ കൂരിരുട്ട് വീണ് വഴിനടക്കാൻ കഴിയാതെ വരുമെന്ന് നന്ദുവിന് തോന്നിക്കാണണം. അവൻ അമ്മിണിയുടെ കയർ വലിച്ചു. അവൾ പക്ഷേ ബലം പിടിച്ച് നിന്ന് പച്ചിലകൾ കടിച്ചു വലിച്ചു തിന്നുകൊണ്ടിരുന്നു. ബാളുവിന് അമ്മിണിയുടെ ഈ പെരുമാറ്റം തീരെ

പിടിച്ചില്ല. അവൻ ഭൗ ഭൗ എന്നു കുരച്ചുകൊണ്ട് അവളുടെ നേർക്കു ചാടി. അമ്മിണിക്ക് എന്തെന്നില്ലാത്ത ദേഷ്യം വന്നു. രാവിലെ ഇവിടെ കൊണ്ടുവന്ന് കെട്ടിയിട്ടതാണ്. ഒന്നു ചുറ്റി ത്തിരിഞ്ഞപ്പോഴേക്കും കയർ എവിടെയെല്ലാമോ കുടുങ്ങി. ഉട ലാകെ വലിഞ്ഞു മുറുകി നിന്നു. മോന്തിയാകുംവരെ ഒരു മനു ഷ്യൻ തിരിഞ്ഞുനോക്കിയില്ല! എന്നിട്ട് കണ്ടവന്റെ എച്ചിൽ തിന്ന് വയറു നിറച്ചവൻ തന്റെ നേർക്ക് കുരച്ചു ചാടുന്നു! അമ്മിണി ബാളുവിനെ കുത്തിമലർത്താൻ നോക്കി. അപ്പോഴേക്കും നന്ദു കയർ പിടിച്ചുവലിച്ചുകളഞ്ഞു.

“എന്താ അമ്മിണി ഇത്? നമ്മുടെ ബാളൂനെ കുത്ത്വാ നീ..?”

“കുത്തും! കുത്തിമലർത്തും! മ്ഹേ... മ്ഹേ...!”

“കൂട്ടരേ മനസിലാവുന്നുണ്ടോ അമ്മിണി എന്താണ് പറയു ന്നതെന്ന്? ബാളുവിനെ കുത്തിമലർത്തുംന്ന്.” തീർന്നില്ല അവ ളുടെ പരിഭവം.

“ഞാൻ കണ്ടു രണ്ടുപേരും പൊഴേല് കുളിക്കാൻ പോകു ന്നത്.” അമ്മിണി പറയുകയാണ്. “എന്നെ ഒരിടത്തേക്കും കൊണ്ടുപോകില്ല. വേണ്ട, എനിക്കു വേണ്ട ആരുടേം ലോഹ്യം. ഞാൻ ഒറ്റയ്ക്കാണ്. എന്നും ഒറ്റയ്ക്ക്. മനുഷ്യന് ദൈവ പ്രീതി യുണ്ടാവാൻ ബലിക്കല്ലിലേക്ക് പോകാൻ വിധിക്കപ്പെട്ട വംശം!”

“നാളെ രാവിലെ ഞാൻ അമ്മിണീനെ തോട്ടിൻ കരേല് കൊണ്ടോവ്വല്ലോ.. നല്ല കറുകപ്പുല്ല് പടർന്നു പിടിച്ചിട്ടുണ്ട് തോട്ടിൻകരേല്!” നന്ദുപറഞ്ഞു.

“കറുകപ്പുല്ലെന്നു കേട്ടപ്പോൾ കണ്ടില്ലേ കൂട്ടരേ അമ്മിണീടെ ദേഷ്യം അലിഞ്ഞലിഞ്ഞില്ലാതാവുന്നത്! കണ്ണിൽ തിളക്കം വരു ന്നത്! അവൾക്കറിയാം കറുകപ്പുല്ലിന്റെ ഗുണം. ഔഷധഗുണ മുള്ള ആഹാരമാണ്. ദഹനത്തിനും രക്തശുദ്ധിക്കും അത്യുത്തമം.”

ഞാനും വരും തോട്ടിൻ കരേലേക്ക്. ബാളു പറഞ്ഞു.

“വേണ്ട! മ്ഹേ... ഹേ..” അമ്മിണി പ്രതിഷേധിച്ചു. “വിശുദ്ധ മൃഗങ്ങള് പോകുന്നിടത്ത് അശുദ്ധ മൃഗങ്ങള് വരണ്ട!”

അമ്മിണി ഏതു ഭാഷയിലാണ് സംസാരിച്ചതെന്ന് ബാളു വിന് പിടി കിട്ടിയില്ല.

"സംസ്കൃതമാണോ?" അവൻ അമ്മിണിയോട് ചോദിച്ചു.

"അതെ" എന്ന് അമ്മിണി മറുപടി പറഞ്ഞു.

"നമ്മളതൊന്നും പഠിച്ചിട്ടില്ല അല്ലേ ബാളു" നന്ദുപറഞ്ഞു. "പാവം മലയാളം മീഡിയം കുട്ട്യോള്!"

നന്ദുവിന്റെ തമാശ പറച്ചിലിൽ അതുവരെ നിലനിന്നിരുന്ന സംഘർഷം ഒന്നയഞ്ഞു.

പൊടുന്നനെ കണ്ണിൽ കുത്തിയിറങ്ങിയ വെള്ളിവെളിച്ചത്തിൽ എല്ലാവരും സ്തംഭിച്ചു നിന്നുപോയി. ആകാശം പൊട്ടി വീഴുന്നതുപോലെ ഒരു ഇടിമുടക്കം. നടുങ്ങിപ്പോയി മലയോരം

മുഴുവൻ. ഓട്ടമായി അമ്മിണിയും ബാളുവും നന്ദുവും.

കഥ തീരുന്നില്ല കൂട്ടരേ.. നമുക്കും ഓടിപ്പോകാം. കഥയുടെ കൂട്ടിലേക്ക്. മഴയെത്തും മുമ്പ്, ഇരുട്ട് കരിമ്പടക്കെട്ടുമായി വഴിയിൽ ഉറങ്ങാൻകിടക്കും മുമ്പ്.

അഞ്ച്

വൈകിപ്പോയി.

ആവണക്കെണ്ണയുടെ വഴുവഴുപ്പുള്ള ഇരുട്ട് ആലുപുരത്ത് തളം കെട്ടി നിന്നു.

അമ്മിണിക്ക് വെള്ളം കൊടുത്ത് കാവൽമാടത്തിന്റെ തൂണിൽ കെട്ടിയിട്ട് നന്ദു കോണി കയറി.

ദൈവങ്ങളുടെ ഫോട്ടോവിനു കീഴിൽ വച്ചിരിക്കുന്ന ചങ്ങലവട്ട വിളക്ക് മുത്തശ്ശി കത്തിച്ചു വച്ചിരിക്കുന്നു. അടുക്കളപ്പണി കഴിഞ്ഞ് അപ്പോഴേക്കും മാടത്തിനകത്തേക്ക് നന്ദിനിയുമെത്തി.

ഭസ്മക്കൊട്ടയിൽ നിന്ന് ഭസ്മമെടുത്ത് മുത്തശ്ശി പേരക്കുട്ടികളെ കുറിതൊടുവിച്ചു. കുറച്ചുനേരം ദൈവങ്ങൾക്കു നേരെ കൈകൂപ്പി നിന്നു.

ഇനി ഭവഗതിയുടെ തിരുനടയിൽ വിളക്കു വയ്ക്കണം. വീട് നടുവൊടിഞ്ഞു വീണതുകൊണ്ട് അകത്ത് കളരിയിൽ വിളക്ക് വയ്ക്കാൻ കഴിയില്ല. നടു നിവർക്കുംവരെ ഭഗവതി ക്ഷമിക്കട്ടെ!

കൂട്ടരേ, ഇതാ നന്ദു ചങ്ങലവട്ട വിളക്കെടുത്ത് കാവൽമാടത്തിന്റെ പടിയിറങ്ങുന്നു. തണുത്ത കാറ്റ് എവിടെ നിന്നെല്ലാമോ മൂളിപ്പാട്ടുമായി വരുന്നുണ്ട്. കാറ്റിൽ പിടയുന്ന തിരിനാളത്തിനു ചുറ്റും നന്ദു തന്റെ വലതു കൈപ്പത്തി ഒരു മറയാക്കി നിർത്തിയിട്ടുണ്ട്. നന്ദുവിന്റെ പിന്നാലെ നന്ദിനിയും കോണിപ്പടികളിറ

ങ്ങുകയാണ്.

നന്ദു ഒന്നു തിരിഞ്ഞുനോക്കി.

മുത്തശ്ശിയും താഴേക്കിറങ്ങി വരാനുള്ള തയാറെടുപ്പിലാണെന്ന് നന്ദു കണ്ടു. അവന് ദേഷ്യം വന്നു.

"മുത്തശ്ശി വരണ്ട! ഇവിടെയിരുന്ന് തൊഴുതാ മതി. ഇറങ്ങീം കയറീം ചെയ്ത് വീണ് കാലൊടിക്കണ്ട."

കൂട്ടരെ, മുത്തശ്ശിയെ ബുദ്ധിമുട്ടിക്കാതെ പതുക്കെ ഇറങ്ങണം. ബാലു മണം പിടിച്ച് വീണ്ടും കുരയ്ക്കാൻ തുടങ്ങിയിട്ടുണ്ട്. പേടിക്കേണ്ട. പള്ളിയറയിൽ തിരിവയ്ക്കുന്നത് നമുക്കൊന്ന് കാണാം.

തിരുനടയിൽ തൂക്കിയിട്ട തൂക്കുവിളക്കുകളിലെ തിരികൾക്ക് ചങ്ങലവട്ടയിലെ ദീപനാളം ജീവൻ പകർന്നു. നന്ദുവും നന്ദിനിയും കണ്ണടച്ച് കൈകൂപ്പി ധ്യാനനിമഗ്നരായി നിന്നു. അരയോടയിൽ തീപ്പന്തങ്ങൾ കുത്തിനിർത്തി ഉറഞ്ഞാടുന്ന ഭഗവതി നന്ദുവിന്റെ കൺമുമ്പിൽ നിറഞ്ഞു നിന്നു.

"ന്താ, പൈതങ്ങളേ... ബോധിപ്പിക്കാൻ തക്കതായി വല്ലതുംണ്ടോ?"

ഭഗവതി ചോദിക്കുകയാണ്.

എന്താണ് ഉത്തരം പറയേണ്ടത്? നടുവൊടിഞ്ഞു വീണ വീട് ശരിയാക്കിത്തരണം എന്നാണോ? മുത്തശ്ശിയെ കാത്തു രക്ഷിക്കണം എന്നാണോ? അച്ഛൻ തിരിച്ചുവരണം എന്നാണോ? ബോധിപ്പിക്കാൻ ഒരുപാട് കാര്യങ്ങളുണ്ട്. അതിന്റെ ഭാരം കാരണം നാവനക്കാൻ കഴിയുന്നില്ല. നന്ദുവിന്റെ കവിളിലൂടെ കണ്ണീർ ഒലിച്ചിറങ്ങുകയാണ്.

"പരിഭ്രാന്തി വേണ്ട പൈതങ്ങളേ..." ഭഗവതി ഉരിയാടുകയാണ്. "ഏത് കൂരിരുട്ടിലും ഈ നെഞ്ചിലെ പന്തം എന്റെ പൈതങ്ങൾക്ക് വഴികാട്ടും. എന്റെ ഭഗവത്യേ, എന്റെ വിഷ്ണുനാഥാ എന്ന ചിന്ത കൈവെടിയാതെ, ഈരേഴു പതിനാല് ലോകങ്ങളിലും നിറഞ്ഞു നിൽക്കുന്ന ശക്തി സ്വരൂപിണിയെ ധ്യാനിച്ചുകൊണ്ട് മുന്നോട്ടു പോകാൻ തക്കവണ്ണമായിരിക്കട്ടെ. എന്റെ പൈതങ്ങൾക്ക് നല്ലതു വരുത്തണേ എന്റെ ആലുപുരത്തപ്പാ..."

കൈത്താങ്ങായി നിന്ന ഭഗവതിയുടെ വാക്കുകളിൽ

ആശ്വാസം പൂണ്ട് നന്ദു പ്രാർഥിച്ചു:

"ഭഗവതിയുടെ കളരി നിൽക്കുന്ന ഈ വീട് നിലം പൊത്തിയിട്ട് ഒരു കൊല്ലായി. തുള്ളിക്കൊരു കുടം പെയ്യുന്ന മഴയത്ത് കാവൽമാടത്തിനകത്ത് ഞങ്ങളെങ്ങനെ കഴിച്ചുകൂട്ടും ന്റെ ഭഗവതീ..."

ഭഗവതി കേട്ടു നന്ദുവിന്റെ പ്രാർഥന. ഭഗവതി മുമ്പോട്ടു വച്ചു ഒന്നു രണ്ടു ചുവടുകൾ. ഇപ്പോൾ പന്തങ്ങളിലെ വെളിച്ചെണ്ണ വെന്തമണം നന്ദുവിന്റെ മൂക്കിലടിക്കുന്നുണ്ട്. പന്തങ്ങളുടെ ചൂട് മുഖത്തടിക്കുന്നുണ്ട്. ഓട്ടുചിലമ്പുകളുടെ ശബ്ദം കാതിൽ വീഴുന്നുണ്ട്. ഭഗവതി ഉരിയാടുകയാണ്:

"മഴപോലെ വന്നതിനെ മഞ്ഞുപോലെ ആക്കിത്തീർക്കുന്നുണ്ട്, ഞാനും എന്റെ കൈലാസനാഥനും പാലാഴിനാഥനും കൂടി. എല്ലാം പരാശക്തിയിലർപ്പിച്ച് ഒരു രാത്രിക്കൊരു പകലുണ്ട്, എന്ന വിശ്വാസത്തില് സമാധാനിച്ചിരിക്കണേ പൈതങ്ങളേ... പരിഹാരം കാണുന്നുണ്ട് എല്ലാറ്റിനും വൈകാതെ."

നന്ദിനി കൈപിടിച്ചപ്പോഴാണ് നന്ദു പ്രാർഥനയിൽ നിന്നുണർന്നത്.

"വാ, നന്ദൂ..."

നന്ദിനി നന്ദുവിനെയും കൂട്ടി കാവൽ മാടത്തിനകത്തെത്തി.

നന്ദു റാന്തൽ വിളക്ക് കത്തിച്ചു.

മുത്തശ്ശി നന്ദുവിനെ ഒന്നു നോക്കി. പിന്നെ നിലവിളക്കിലെ ദീപനാളങ്ങളിലേക്ക് കണ്ണുതിരിച്ചു. കണ്ണടച്ചു.

"മുത്തശ്ശീ..." നന്ദു വിളിച്ചു.

"മുത്തശ്ശി കേക്ക്ന്ന്ണ്ടോ?"

"മുത്തശ്ശി നാമം ചൊല്ല്ല്ലെ നന്ദു." നന്ദിനി ഓർമിപ്പിച്ചു.

"അതിനേക്കാൾ വല്യ കാര്യാ ഞാൻ പറയാൻ പോകുന്നെ."

"എത്ര വല്യ കാര്യായാലും നാമജപം കഴിഞ്ഞ് മതി."

"ദാ ഏച്ചീ എന്നെ ദേഷ്യം പിടിപ്പിക്കണ്ട."

"പിന്നെ! നിനക്കിപ്പോ ദേഷ്യം വന്നത് ആകാശം ഇടിഞ്ഞ് വീഴ്ല്ലെ?"

നന്ദിനി ശബ്ദമുയർത്തി. അത് മനപ്പൂർവമായിരുന്നു. നന്ദുവിനെ ഇടയ്ക്കിടെ ദേഷ്യം പിടിപ്പിക്കാൻ നന്ദിനി എന്തെങ്കിലും കാരണം കണ്ടെത്തും. ദേഷ്യം വരുമ്പോ അവന്റെ മുഖം

കാണാൻ നല്ല രസമാണ്. കവിളുകൾ ചുവന്നു തുടുത്ത്, കണ്ണുകൾ ചെറുതായി, നെറ്റിയിൽ വീണു കിടക്കുന്ന കറുകറുത്ത മുടിയിഴകൾക്കിടയിൽ വിയർപ്പു പൊടിഞ്ഞ്... അവന്റെയൊരു നിൽപ്പുണ്ട്!

മുത്തശ്ശി നാമജപം നിർത്തി.

"എന്താ ഈ ത്യസന്ധ്യയ്ക്കൊരു തർക്കുത്തരം?"

"മുത്തശ്ശ്യോടൊരു കാര്യംപറയാൻ വിടില്ലാച്ചാൽ."

നന്ദു മുത്തശ്ശിയുടെ അരികിലെത്തി.

"എന്താ ഇത്ര വലിയ കാര്യം, പറഞ്ഞോ കേക്കട്ടെ.."

"ഭഗോതി എന്നോടു പറഞ്ഞു."

നന്ദു നന്ദിനിയുടെ നേർക്കു നോക്കി, തുടരണമോ എന്ന സംശയത്തിൽ.

"ന്താ ഭഗോതി പറഞ്ഞത്?" മുത്തശ്ശി ചോദിച്ചു.

"ഭഗോതി പറഞ്ഞു, നമ്മുടെ വീടും കളരീം സമയമാവുമ്പോ ഭഗോതി നന്നാക്കുംന്ന്."

"സമയമാവാൻ എന്റെ കണ്ണടയേണ്ടിവരോ എന്തോ..."

മുത്തശ്ശി പുടവത്തുമ്പുകൊണ്ട് കണ്ണീരൊപ്പി. ഓർമകളുടെ മഞ്ഞുപെയ്ത്തിൽ അവരുടെ പുറംകാഴ്ചകൾ മങ്ങി. നാടുവാഴികളിലൂടെ ചൂട്ടുവെളിച്ചത്തിൽ തെയ്യപ്പറമ്പിലേക്ക് ഒരു സംഘം നടന്നുപോകുന്ന ദൃശ്യം മനസിന്റെ തിരശ്ശീലയിൽ തെളിഞ്ഞു വന്നു. മെയ്യാഭരണപ്പെട്ടി ചുമന്ന് ഒരാൾ മുമ്പിൽ. വട്ടമുടിച്ചട്ട യേന്തി ഒരാൾ പിന്നിൽ. രണ്ടു ചെണ്ടക്കാർ. പെണ്ണുങ്ങൾ, കുഞ്ഞുങ്ങൾ എല്ലാവരും ആഹ്ലാദത്തിമിർപ്പിലാണ്.

വാതിലിനു നേർക്ക് തിരിഞ്ഞിരിക്കുന്ന മുത്തശ്ശിയുടെ അരികിൽ നന്ദു ഇരുന്നു.

"എന്താ മുത്തശ്ശി ആലോചിക്കുന്നത്?"

നന്ദു ചോദിച്ചു.

"ഭഗോതിയെക്കുറിച്ചല്ലാതെ മറ്റെന്താലോചിക്കാനാ മോനേ ഞാൻ! അറിയോ നിനക്ക്, നിന്റ മുത്തശ്ശൻ എന്നേം കൂട്ടി നാട്ടിന്നിങ്ങോട്ടു വരുമ്പോ കൂടെ വന്നതാ ഭഗോതി."

"മുത്തശ്ശി എന്തിനാ നാട്ടിന്നിങ്ങോട്ട് വന്നത്?" നന്ദു ചോദിച്ചു.

ഇതിനു മുമ്പും എത്രയോ തവണ നന്ദു മുത്തശ്ശിയോട് ആ

ചോദ്യം ചോദിച്ചിട്ടുണ്ട്. മുത്തശ്ശി ഉത്തരം പറഞ്ഞിട്ടുമുണ്ട്. പക്ഷേ വീണ്ടും വീണ്ടും ചോദിക്കാൻ വീണ്ടും വീണ്ടും ഉത്തരം കിട്ടാൻ നന്ദു കൊതിക്കുന്ന ചോദ്യമായിരുന്നു അത്.

അതൊക്കെ ഓരോ കഥകള്. പതിവുപോലെ മുത്തശ്ശി ഓർമ കളുടെ അറകൾ തുറന്നു.

"പേരുകേട്ട തെയ്യക്കാരനാരുന്നല്ലോ നിന്റെ മുത്തശ്ശൻ! ദാ, ഇപ്പോഴും കാണുന്നുണ്ട് ഞാൻ. മെയ്യാഭരണപ്പെട്ടി ചുമന്ന് കറ്റ ച്ചൂട്ടിന്റെ വെളിച്ചത്തിൽ പള്ളിയറക്കാലെ കളിയാട്ടത്തിന് നട ന്നുപോകുന്ന നിന്റെ മുത്തശ്ശനെ. എന്തൊരു മുഖശ്രീയായിരുന്നു! സൂര്യനുദിച്ചുവരുന്നതുപോലെ തോന്നും. പെരുമലയനാരുന്നല്ലോ. അതുമാത്രോ, മന്ത്രവാദവുമുണ്ട്. ചുട്ടകോഴിയെ പറപ്പിക്കും!"

"ചുട്ടകോഴിയെ എന്തിനാ മുത്തശ്ശി പറപ്പിക്കുന്നത് തിന്നൂടെ?"

നന്ദിനി ഒരു തമാശ പറഞ്ഞു.

"ഈ ഏച്ചിക്ക് തിന്നണ്ട വിചാരം അല്ലാതെ മറ്റൊരു വിചാ രവും ഇല്ല. എപ്പൊ നോക്ക്യാലും അടുക്കളേല്."

നന്ദുവിന് ദേഷ്യം വന്നു. കഥയുടെ രസച്ചരട് മുറിക്കാൻ ആരു വന്നാലും അവനത് സഹിക്കില്ല.

"ഓള് അടുക്കള നോക്കുന്നതോണ്ട് നമുക്ക് സമയത്തിന് വല്ലതും കിട്ടും ഇല്ലെങ്കിലോ?"

മുത്തശ്ശി പറഞ്ഞത് ശരിയാണെന്ന് നന്ദുവിന് അറിയാഞ്ഞി ട്ടല്ല. പക്ഷേ നന്ദിനിച്ചേച്ചിക്ക് എപ്പഴുംണ്ട് ആളെ ഒരുതരം തമാ ശയാക്കല്. വളരെ കാര്യായിട്ട് എന്തെങ്കിലും സംസാരിച്ചോണ്ടി രിക്കുമ്പോ അതിന്റെ രസം മുഴുവൻ ഇല്ലാതാക്കുന്ന തരത്തില് ഒരു വർത്തമാനം. ദേഷ്യം വരാണ്ടിരിക്ക്വോ ആർക്കായാലും!

നന്ദു ക്ഷമിച്ചു. അവൻ കഥയ്ക്കുവേണ്ടി വീണ്ടും കാതോർത്തു.

"മുത്തശ്ശി പറ, മുത്തശ്ശന്റെ കഥ."

"പട്ടും വളയും വാങ്ങിച്ച പെരുമലയനെ തന്റെ തട്ടകത്തി ലേക്ക് കൊണ്ടുവന്ന് പാർപ്പിക്കണംന്ന് വല്യമ്പ്രാന്റെ ആഗ്രഹം. ആഗ്രഹിച്ചാപ്പിന്നെ അത് നടക്കാതിരിക്ക്വോ! തിരുവായ്ക്കെ

തിർവായില്ലാത്ത കാലം. പൊറപ്പെട്ടു ഞങ്ങള് നിന്റെ അച്ഛനേയും അമ്മയേയും നാട്ടിലെ കാര്യങ്ങള് ഏൽപ്പിച്ചിട്ട്. ഒരു രാവും ഒരു പകലും നടന്ന് ത്രിസന്ധ്യയ്ക്കിവിടെ എത്തിയപ്പോ പെരുമല യന്റെ അരക്കെട്ടിൽ തിരുകീരുന്ന ആചാരക്കത്തിണ്ട് ഇങ്ങനെ വെറക്ക്ന്ന്!"

മുത്തശ്ശിയുടെ കണ്ണുകളിൽ ആ ത്രിസന്ധ്യയും ആചാരക്ക ത്തിയുടെ വെറയലും തെളിഞ്ഞു നിന്നു. ആ തെളിച്ചം അത്ഭു തമായി നന്ദുവിന്റെ കണ്ണിലേക്ക് പടർന്നു.

"എന്നിട്ട്... എന്നിട്ട്..."

നന്ദു മുത്തശ്ശിയുടെ ദേഹത്തിൽ ഒന്നുകൂടി ഉരുമ്മിയിരുന്നു.

"വെറയെങ്കിലോ, എന്തൊരു വെറ! നിന്റെ മുത്തശ്ശനോ, മഹാ ജ്ഞാനി!" പുറംകണ്ണടച്ച് ഒരുവേള ദിവ്യദൃഷ്ടികൊണ്ട് നോക്കി. ധ്യാനത്തിലെന്നപോലെ കണ്ണടച്ചിരുന്ന മുത്തശ്ശി ചോദിച്ചു.

"ന്താ കണ്ടത് മുത്തശ്ശൻ?"

നന്ദുവിന് ഉത്തരം കിട്ടിയില്ല. കിട്ടിയാൽ തന്നെ അവൻ പറ യുമായിരുന്നില്ല. എല്ലാം മുത്തശ്ശിയുടെ നാവിൽ നിന്നു തന്നെ കേൾക്കണം. ആ കേൾവിക്ക് പ്രത്യേകമൊരു സുഖമുണ്ട്.

"ഭഗോതി ണ്ട് തൊട്ട് മുമ്പില്!" മുത്തശ്ശി കൺമുമ്പിൽ ഭഗ വതി നിൽക്കുന്നത് കണ്ടിട്ടെന്നപോലെ പറഞ്ഞു.

"നെഞ്ചില് കുത്തി നിർത്തിയ പന്തങ്ങളുമായി അങ്ങനെ നിൽക്കുന്നു ഭഗോതി!"

മുത്തശ്ശൻ നിന്നിടത്തു തന്നെ നിൽക്കുന്നതുകണ്ട് വല്യ മ്പ്രാൻ ചോദിച്ചു: "എന്തുപറ്റി പെരുമലയാന്ന്." ഭഗോതി ദൃ ഷ്ടാന്തം കാണിച്ചിരിക്കുന്നു വല്യമ്പ്രാനേന്നു പറഞ്ഞപ്പോ എന്നാ പ്പിന്നെ ഇവിടെത്തന്നെ ആയ്ക്കോട്ടെ ഭഗോതീടെ പള്ളിയറയും വീടും എന്ന് കൽപ്പനയായി. കണ്ണടച്ച് തുറക്കും മുമ്പേ വീടും പള്ളിയറയും എല്ലാം പണിതു കഴിഞ്ഞു. ആണ്ടോടാണ്ട് തെകയും മുമ്പ് ഭഗോതീടെ കളിയാട്ടവും കഴിച്ചു."

"എന്നിട്ട്?"

മുത്തശ്ശി നിർത്തിക്കളയുമോ എന്ന പേടിയിൽ നന്ദു ചോദിച്ചു.

"ദുർമന്ത്രവാദം തൊടങ്ങിയതോടെ നിന്റെ മുത്തശ്ശന്റെ കഷ്ട

കാലം ആരംഭിച്ചു. മലവെള്ളമിറങ്ങുമ്പോലെ എല്ലാം പെട്ടെന്നായിരുന്നു. നട്ടുച്ചനേരം. തലചുറ്റുന്നപോലെ തോന്നുന്നു എന്നു പറഞ്ഞ് കട്ടിലിൽ കിടന്നു. നന്നായി വിയർത്തു. വെള്ളം കൊടുത്തു. പാതിയേ എറങ്ങീള്ളൂ. അപ്പോഴേക്കും തീർന്നു!"

"മുത്തശ്ശൻ കുട്ടിച്ചാത്തനെക്കൊണ്ട് പണിയെടുപ്പിച്ചിരുന്നൂന്ന് കേട്ടത് ശര്യാണോ മുത്തശ്ശീ.."

നന്ദുവിന്റെ പുതിയ ചോദ്യം.

"പിന്നെ!"

മുത്തശ്ശിയായിരുന്നില്ല. നന്ദിനിയുടെ വകയായിരുന്നു മറുപടി.

"നമ്മുടെ വീടിന്റെ പണിയെല്ലാം ഏറക്കുറെ രാത്രികാലങ്ങളില് കുട്ടിച്ചാത്തനാ ചെയ്തുതീർത്തത്."

നന്ദുവിന് മനസിലായി ഏച്ചി തന്നെ കളിയാക്കുകയാണെന്ന്

"കേട്ടില്ലേ മുത്തശ്ശീ. ഈ ഏച്ചി എന്നെ."

"മോളേ നീയൊന്ന് മിണ്ടാതിരി." മുത്തശ്ശി പറഞ്ഞു. "എന്താ മോൻ ചോദിച്ചത്. ങാ ശരിയാ, മുത്തശ്ശൻ വിളിച്ചാ വിളിപ്പൊറത്തു കുട്ടിച്ചാത്തൻ! എല്ലാം പഴയ ഗ്രന്ഥങ്ങള് നോക്കിപഠിച്ച വിദ്യകള്!"

"ആ ഗ്രന്ഥങ്ങളെല്ലാം എനിക്കും പഠിക്കണം മുത്തശ്ശീ."

നന്ദുപറഞ്ഞു.

"എല്ലാം കൊണ്ടുപോയില്ലെ നിന്റെ അച്ഛൻ!"

മുത്തശ്ശിയുടെ ശബ്ദം ഇടറി.

"എങ്ങോട്ട്?"

ദുർമന്ത്രവാദംകൊണ്ട് നാട് നശിക്കാതിരിക്കാൻ എല്ലാം കെട്ടിപ്പൊതിഞ്ഞുകൊണ്ടുപോയി. പക്ഷേ തിരിച്ചുവന്നില്ല എന്റെ മോൻ! ഇന്നുവരും നാളെ വരും എന്നു വിചാരിച്ച് വഴി നോക്കി നോക്കി ഉണ്ണാതേം ഉറങ്ങാതേം കാത്തിരുന്നു കൊറേക്കാലം.

'എങ്ങോട്ടായിരിക്കും അച്ഛൻ പോയിട്ടുണ്ടായിരിക്കാ...'

നന്ദു ആലോചിച്ചു.

"തലമുറകൾക്ക് കൈമാറാൻ പാടില്ലാത്ത അറിവെല്ലാം മനുഷ്യര് കുഴിച്ചിടുന്നത് മഴവില്ലിന്റെ ചോട്ടിലാണ്. എന്റെ മോന്റെ

പോക്കും അങ്ങോട്ടു തന്നെയായിരിക്കണം. മുത്തശ്ശന്റെ മോക്ഷത്തിനുവേണ്ടി ക്ഷേത്രങ്ങളായ ക്ഷേത്രങ്ങളൊക്കെ കയറിയിറങ്ങിപ്പോയിട്ടുണ്ടാവും എന്റെ മോൻ. ഒരുപക്ഷേ മഴവില്ലിന്റെ കാൽച്ചോട്ടിലെത്തുംമുമ്പേ..."

മുത്തശ്ശി പുടവത്തുമ്പു കൊണ്ട് കണ്ണുതുടച്ചു.

"അച്ഛൻ അവിടെ എത്തിയിട്ടുണ്ടാവും. മുത്തശ്ശീ... മഴവില്ലിന്റെ ചോട്ടില് ഗ്രന്ഥങ്ങള് കുഴിച്ചിട്ടിട്ടുണ്ടാവും, സംശയമില്ല." നന്ദു പറഞ്ഞു.

"ഉണ്ടാവുണ്ടാവും. മോൻ വേഗം പോയി അതെടുത്തുകൊണ്ടുവാ."

നന്ദിനിയുടെ പരിഹാസം നന്ദുവിന് സഹിക്കാവുന്നതിലും അപ്പുറമായിരുന്നു.

"കഥപറയുന്നതിനെടേല് ഏച്ചി ഇങ്ങനെ ഓരോന്ന് പറഞ്ഞാല് നല്ല വീക്കു വീക്കിത്തരും ഞാൻ. പറഞ്ഞേക്കാം."

നന്ദു ശബ്ദമുയർത്തി.

"നന്ദിനീ. നീയൊന്നു മിണ്ടാതിരി." മുത്തശ്ശിപറഞ്ഞു. "ഭൂമിമാതാവിന്റെ നിധികളത്രയും കുഴിച്ചിട്ടിരിക്കുന്നത് മഴവില്ലിന്റെ കാൽച്ചോട്ടിലാ. അത് കട്ടെടുക്കാൻ ചെല രാത്രികളില് കള്ളന്മാരിറങ്ങും."

"തലമൊട്ടയടിച്ച് മുഖത്ത് കറുത്ത തുണികെട്ടിയ തടിമാടന്മാരെപ്പോലുള്ള കള്ളന്മാര് അല്ലേ മുത്തശ്ശീ."

നന്ദു മനസിൽ കണ്ടു കള്ളന്മാരെ.

"അതെ അതുതന്നെ" മുത്തശ്ശി പറഞ്ഞു. "ഈ കള്ളന്മാരെ മുമ്പിലോ മറ്റോ എന്റെ മോൻ പെട്ടുപോവാതെ നോക്കണേ എന്റെ ഭഗോത്യേ..."

മുത്തശ്ശിയുടെ കണ്ണുകൾ നിറഞ്ഞു.

"എല്ലാം കാണാനും കേൾക്കാനുമായിട്ട് ഈ ജന്മം ഈ മണ്ണില് ബാക്കി നിർത്തീറ്റ് എല്ലാരും പോയി."

"അച്ഛൻ വരും മുത്തശ്ശീ..."

നന്ദു മുത്തശ്ശിയുടെ കണ്ണീർ തുടച്ചു.

"എന്റെ പ്രാർഥന അതുമാത്രമാണ് മോനേ... മനസ്സമാധാന

ത്തോടെ ഒന്നു കണ്ണടയ്ക്കാൻ എന്റെ ഭഗോതീം ആലുപുരത്തപ്പനും സഹായിക്കാതിരിക്കില്ല."

ആകാശം മുരണ്ടുകൊണ്ടിരുന്നു. മലങ്കാറ്റു കാവൽമാടത്തെ വിറപ്പിച്ചു.മിന്നലിൽ ഇരുട്ടിന്റെ പാളികൾ നെടുകെ പിളർന്നു.

നന്ദു ഓടിച്ചെന്ന് ജനൽ താഴ്ത്തി.

"എങ്ങനെയാ മുത്തശ്ശീ ഇടീം മിന്നലുണ്ടാവുന്നത്?"

നന്ദു ചോദിച്ചു.

"മഴവില്ലിന്റെ ചോട്ടിൽ കുഴിച്ചിട്ടിരിക്കുന്ന നിധി കട്ടെടുക്കാൻ കള്ളന്മാര് വരുമ്പോ ആകാശം കണ്ണുരുട്ടി അവരെ പേടിപ്പിക്കും. വെള്ളി വാളെടുത്ത് വീശും. അതാണ് മിന്നല്. വെള്ളിവാളിന്റെ വെളിച്ചം. വാള് വീശുമ്പോഴുള്ള അലർച്ചയാണ് ഇടി. കള്ളന്മാര് അപ്പോ പേടിച്ചു നിലവിളിച്ചുപോകും."

"അതാണ് മഴ അല്ലേ മുത്തശ്ശി...?"

"ഏറ്റവും ശുദ്ധമായ വെള്ളം കള്ളന്മാരുടെ മൂത്രം അല്ലേ മുത്തശ്ശീ."

നന്ദിനി മുത്തശ്ശിയുടെ കഥയിൽ ഇടപെട്ടു. നന്ദുവിന് വീണ്ടും ദേഷ്യം വന്നു.

"കണ്ടോ മുത്തശ്ശീ. ഏച്ചി നമ്മെ കളിയാക്ക്ാ...."

"ഓളെന്തെങ്കിലും പറഞ്ഞോട്ടേടാ.. നിന്റെ ഏച്ചിയല്ലേ?"

മുത്തശ്ശി നന്ദുവിനെ സമാധാനിപ്പിച്ചു.

ചരൽവാരിയെറിയുമ്പോലെ മഴ.

കാറ്റിന്റെ മുരൾച്ച.

പേരക്കുട്ടികളെ ഇരുഭാഗത്തുമായി ഇരുത്തി മുത്തശ്ശി ഒരു മഴപ്പാട്ടുപാടി.

ബാലുവും അമ്മിണിയും താഴെ നിന്ന് ഒച്ചവച്ചു.

നന്ദുവും നന്ദിനിയും മഴപ്പാട്ടിൽ ലയിച്ചിരുന്നു.

കൂട്ടരേ, നഷ്ടപ്പെട്ടുപോയില്ലേ നമുക്ക് ഈ പാട്ടുകളൊക്കെ. രാത്രിമഴയുടെ തേങ്ങലും വിങ്ങലും പകൽമഴയുടെ താളവും മേളവും ആവാഹിക്കുന്ന പാട്ടുകൾ ഏറ്റുവാങ്ങിക്കൊള്ളൂ. നെഞ്ചകം നിറയെ!

ആറ്

മഴയുടെ ഈണത്തിൽ നന്ദുവിന്റെ കൺപോളകൾക്ക് കനം വച്ചു.

ബാളുവിന്റെ കുരയും അമ്മിണിയുടെ കരച്ചിലും മുത്തശ്ശിയുടെ പ്രാർഥനയും ഏതോ വിദൂരതീരങ്ങളിലേക്ക് മോന്തിക്കാറ്റിലൂടെ പറന്നുപറന്നകന്നകന്ന് പോവുകയാണ്.

ഏതോ അദൃശ്യഹസ്തങ്ങൾ സ്വപ്നങ്ങളുടെ തൂവൽക്കിടക്കയിൽ നന്ദുവിനെ മാറ്റിക്കിടത്തി.

നല്ല നിലാവുള്ള രാത്രി.

മണ്ണും വിണ്ണും പ്രകാശത്തിൽ കുളിച്ചു നിൽക്കുന്നു. രാവിന്റെ ഏകാന്തതയ്ക്ക് നിലാവ് വെള്ളിച്ചിറകുകൾ സമ്മാനിച്ചിരിക്കുകയാണ്. വെള്ളിച്ചിറകിൽ അമർന്നുകിടന്ന് നന്ദു വെള്ളിമേഘങ്ങൾക്കിടയിലൂടെ പറന്നു. ഭൂമിയുടെ കൗതുകങ്ങളിൽ കണ്ണുംനട്ട് ഇമ ചിമ്മാതെയുള്ള യാത്ര.

പാതിരാവിലും തളരാതെ കരയോടും കാടിനോടും കൊച്ചുവർത്തമാനം പറഞ്ഞുകൊണ്ടൊഴുകുന്ന കാട്ടരുവി. മലവേട്ടുവന്മാരുടെ പള്ളിയറയ്ക്കു മുമ്പിൽ ഉറഞ്ഞാടുന്ന തെയ്യക്കോലങ്ങൾ. ഭൂമിയെ നറുമണത്തിൽ കുളിപ്പിക്കുന്ന ചെമ്പകമരങ്ങൾ. കാവൽമാടങ്ങളിലെ പാട്ടും ആട്ടവും. നിലാവിന്റെ വെള്ളമേലാപ്പിനു കീഴെ ഭൂമിയുടെ ഉത്സവം.

ഉത്സവം കണ്ടുതരിച്ചു വരവെ തന്റെ കൃഷിയിടത്തിനു മുകളിലെത്തിയപ്പോൾ നന്ദു ഒന്നു നിന്നു. ആകാശത്തുനിന്നും താഴേക്കൊന്നു നോക്കി.

എന്തൊരു കാഴ്ചയാണ്!

മഞ്ഞക്കുപ്പായമിട്ട വെള്ളരിക്കണ്ടം ആകാശം നോക്കിച്ചിരിക്കുന്നു.

നക്ഷത്രക്കുഞ്ഞുങ്ങൾ കണ്ണിറുക്കിക്കാണിക്കുന്നതു കണ്ട് പൂചൂടി വെള്ളരിക്കുഞ്ഞുങ്ങൾ നാണിച്ചു നിൽക്കുന്നു.

വെള്ളരിക്കണ്ടത്തിനു ചുറ്റും കുലച്ചു നിൽക്കുന്ന നേന്ത്രവാഴകൾ. എല്ലാം മൂപ്പെത്തിയിരിക്കുന്നു. കാളവണ്ടിയിൽ കയറ്റി രാജപുരം ചന്തയിലെത്തിച്ചാൽ നല്ല വില കിട്ടും. നാട്ടിൽനിന്ന് ശങ്കരമ്മാമനെത്തിയിട്ടുവേണം വിളവെടുക്കാൻ.

വെള്ളരിയും കപ്പയും ചേനയും നടാൻ, വാഴവയ്ക്കാൻ, പച്ചക്കറി നടാൻ, പന്തലൊരുക്കാൻ, വളം ചേർക്കാൻ, ചന്തയിൽ പോകാൻ, മാസത്തിലൊരിക്കൽ ഒരുവരവുണ്ട് ശങ്കരമ്മാമന്. രണ്ടും മൂന്നും ദിവസം തങ്ങിയിട്ടേ തിരിച്ചു പോവുകയുള്ളൂ. വെളുപ്പിനെഴുന്നേറ്റ് തൂമ്പയെടുത്തിറങ്ങും. ഇരുട്ടുവീഴുംവരെ എന്തെങ്കിലും ജോലിചെയ്തുകൊണ്ടേയിരിക്കും. അപ്പവും ചായയും കുടിവെള്ളവും പണിയെടുക്കുന്നിടത്ത് കൊണ്ടുപോയി കൊടുക്കണം. തൂമ്പയെടുത്ത് കിളയ്ക്കുമ്പോഴും എന്തെങ്കിലും സംസാരിച്ചുകൊണ്ടേയിരിക്കും. നന്ദൂ നീ മണ്ണാങ്കട്ടയും കരിയിലയും കാശിക്കുപോയ കഥ കേട്ടിട്ടുണ്ടോ? നീ കുറുക്കന്റെ വാല് കെണിയിൽപ്പെട്ടു പോയ കഥകേട്ടിട്ടുണ്ടോ? ഇങ്ങനെ തുരുതുരെ ചോദ്യങ്ങൾ. കേട്ടിട്ടുണ്ടെങ്കിലും ഇല്ലെന്നേ നന്ദു മറുപടിപറയൂ. കാരണം കേട്ട കഥയെ കേൾക്കാത്ത കഥയാക്കി മാറ്റാൻ ഒരു പ്രത്യേക കഴിവുണ്ട്. ശങ്കരമ്മാമന്. ഒരേ കഥ പലതവണ പറയുമ്പോൾ എന്തെന്തു മാറ്റങ്ങളാണ്! മണ്ണാങ്കട്ടയും കരിയിലയും കാശിക്കുപോകുമ്പോൾ കണ്ട പട്ടണക്കാഴ്ചകൾ മാറും. ഗ്രാമദൃശ്യങ്ങൾ മാറും. കാറ്റിന്റെ ചീറിയടിക്കലിലും മഴയുടെ ആർത്തിരമ്പലിലും മാറ്റങ്ങൾ വരും.

ശരിയാണ് കൂട്ടരേ നന്ദുവിന്റെ മനസിൽ തെളിയുന്നതെല്ലാം

ഉറക്കിലാണെങ്കിൽപ്പോലും കിറുകൃത്യമാണ്. കഥ പറയാനുള്ള ശങ്കരമ്മാമന്റെ കഴിവ് ഒന്നു വേറെതന്നെ. തൊള്ള തുറന്നു കരയുന്ന കുഞ്ഞിനെപ്പോലും കഥയുടെ മാന്ത്രികദണ്ഡുകൊണ്ട് അടക്കിയിരുത്തും ശങ്കരമ്മാമൻ. മുത്തശ്ശി കഥപറയുമ്പോൾ നന്ദു കേൾക്കുകയാണ് പതിവ്. കേട്ടതിനെ ചിത്രമാക്കി മാറ്റേണ്ട ജോലി അവന്റേതാണ്. ശങ്കരമ്മാമൻ കഥപറയുമ്പോൾ നന്ദു കാണുകയാണ് പതിവ്. കാഴ്ചകളുടെ കൂടെ അനായാസം നടന്നുപോകാൻ കഴിയും.

ശങ്കരമ്മാമന്റെ വരവ് നന്ദു ശരിക്കുമങ്ങാഘോഷിക്കും. എന്നാണാവോ മൂപ്പരുടെ അടുത്തവരവ്! തീർച്ചയായും അന്ന് ഈ കുലകളൊക്കെ വെട്ടിയെടുത്ത് ചന്തയിലെത്തിക്കും ശങ്കരമ്മാമൻ. വണ്ടിയുടെ പിന്നിലിരുന്ന് നമുക്കും പോകാം ചന്തവരെ. വണ്ടിച്ചക്രങ്ങളുടെ ഞരക്കവും കുടമണിക്കിലുക്കവും വണ്ടിക്കാരൻ ചോയിമൂപ്പരുടെ വായ്ത്താരിയും കേട്ടുകൊണ്ടുള്ള ആ യാത്രയുടെ സുഖം ഒന്നുവേറെ തന്നെ!

നന്ദു കണ്ടു, വെള്ളരിച്ചാലുകൾക്കിടയിൽ അങ്ങിങ്ങായി കുത്തി നിർത്തിയിരിക്കുന്ന കോലങ്ങളെ. മൺചട്ടിയിൽ കരിയും ചുണ്ണാമ്പും കൊണ്ട് തലയും മുഖവും ഉണ്ടക്കണ്ണുകൾ. കൊമ്പൻ മീശ. ചക്കപ്പല്ലുകൾ. കമ്പിളിപ്പുഴുവിനെപ്പോലെ കൺപുരികങ്ങൾ. കുറ്റിച്ചൂലുകൊണ്ട് കൈകൾ. വാഴത്തടകൊണ്ട് ഉടൽ. പഴയ ഷർട്ടും പാന്റ്സും വേഷം. കൈയിൽ തോക്ക്. ഉന്നംപിടിച്ചു നിൽക്കുകയാണ് കോലങ്ങൾ! ദാ, ഇപ്പൊ പൊട്ടും വെടി എന്നു തോന്നും കണ്ടാൽ. കണ്ണുതട്ടാതിരിക്കാനുള്ള കരിങ്കണ്ണന്റെ ജാഗ്രതയാണ് വേഷത്തിലും ഭാവത്തിലും.

നന്ദു നോക്കിയിരിക്കെ അവിശ്വസനീയമായൊരു സംഭവം നടക്കുകയാണ്. കരിങ്കണ്ണന്മാരിലൊരുവൻ നിന്ന നിൽപ്പിൽനിന്ന് ഒരടി മുന്നോട്ട് നീങ്ങി!

പേടിച്ചു പോയി നന്ദു!

അതാ, അവൻ പിന്നെയും മുന്നോട്ട്!

വളരെ കരുതലോടെ നടന്ന് ഒരു കരിങ്കൽപ്പാറയുടെ മറവിലെത്തി തോക്കു ചൂണ്ടി ഉന്നം പിടിക്കുന്നു.

നന്ദു ശ്വാസമടക്കിപ്പിടിച്ച് നോക്കിനിന്നു.

അതാ, മറുഭാഗത്ത് നിന്ന് ഒരുകള്ളൻ പതുങ്ങിപ്പതുങ്ങി വാഴച്ചുവട്ടിലേക്കു വരുന്നു. പേടിപ്പെടുത്തുന്ന ഒരു മുഖംമൂടി ധരിച്ചിട്ടുണ്ട് ആ ഭീമാകാരൻ! ഇടതു ചുമലിൽ ഒരു ഇരട്ടക്കുഴൽ തോക്ക്. വലതു കൈയിൽ ഒരു വാക്കത്തി. തോക്ക് താഴെവച്ച് കള്ളൻ ചുറ്റുമൊന്നു നോക്കി. ചെവിയിൽ തിരുകിയിരുന്ന ഒരു മുറിബീഡിയെടുത്തു കത്തിച്ച് ആഞ്ഞു വലിച്ച് മൂക്കിലൂടെ പുക പായിച്ചു. ഒരു തീവണ്ടിയെഞ്ചിൻ പോലുണ്ട് ഇപ്പോൾ ആമുഖം! കത്തിയുടെ പിടിയിൽ ബീഡി കുത്തിക്കെടുത്തി കുറ്റിബീഡി ചെവിയിൽ തിരുകി. വാഴക്കുലവെട്ടാൻ അയാൾ കത്തിയോങ്ങുമ്പോഴേക്ക് വെടിപൊട്ടി!

കരിങ്കണ്ണന്റെ വെടി!

കള്ളന്റെ കൈയിൽനിന്ന് കത്തി താഴെ വീണുപോയി.

എന്താണ് സംഭവിച്ചതെന്നറിയാതെ ഒരു വേള അയാൾ അന്തംവിട്ടുനിന്നുപോയി. ആരോ തന്റെ നേർക്ക് വെടിയുതിർത്തതാണെന്നും ഭാഗ്യം കൊണ്ടാണ് രക്ഷപ്പെട്ടതെന്നും അയാൾ തിരിച്ചറിഞ്ഞു. വെടിയുണ്ട വാഴത്തടയിലാണ് തുളഞ്ഞു കയറിയത്. തലനാരിഴയ്ക്കുള്ള രക്ഷപ്പെടൽ! തികഞ്ഞൊരു അഭ്യാസിയെപ്പോലെ കള്ളൻ വായുവിൽ ഉയർന്നുപൊങ്ങി താഴെ വീണ് തോക്ക് കൈയിലെടുത്ത് പേടിപ്പെടുത്തുന്ന അലർച്ചയോടെ മുന്നോട്ടുകുതിച്ചു. ഇതിനിടയിൽ കരിങ്കണ്ണന്റെ രണ്ടാമത്തെ വെടിയും ലക്ഷ്യം തെറ്റി. കള്ളൻ തന്ത്രപൂർവം തിരിഞ്ഞും വളഞ്ഞും വാഴകളുടെ മറ പറ്റി ഓടിയതാണ് കാരണം. കരിങ്കൽ പാറയുടെ മറവിൽ നിന്നാണ് തന്റെ നേർക്ക് വെടിയുണ്ട ചീറിപ്പായുന്നതെന്ന് കള്ളന് മനസിലായിക്കാണണം. അയാൾ വീണ്ടുമൊരു മലക്കംമറിച്ചിൽ. അതാ, കരിങ്കണ്ണന്റെ മൂന്നാമത്തെ വെടി കള്ളന്റെ കൈത്തണ്ടയിൽ! അയാളുടെ തോക്ക് താഴെ വീണുപോയി. എങ്കിലും മറ്റൊരു മലക്കം മറിച്ചിലിലൂടെ അയാൾ പാറയുടെ മറുഭാഗത്തെത്തി. പ്രതിയോഗിയെ നേരിൽ കണ്ടു.

കരിങ്കണ്ണൻ!

കരിങ്കണ്ണനിതാ വീണ്ടും കാഞ്ചിയിൽ വിരലമർത്തുന്നു!

മിന്നൽ വേഗതയിൽ കള്ളൻ ഒരു കുതിപ്പ്. അയാളുടെ ഉരുക്കുമുഷ്ടിക്കുള്ളിൽ കരിങ്കണ്ണൻ ഞെരിഞ്ഞമർന്നുപോയി. തോക്ക് താഴെവീണു. കൈകളുടെ ശക്തി ചോർന്നുപോയി.

കള്ളൻ തന്റെ മൊട്ടത്തലകൊണ്ട് കരിങ്കണ്ണന്റെ തലയിൽ ശക്തമായൊരിടി!

ചട്ടി തകർന്ന് തരിപ്പണമായിപ്പോയി!

ദയനീയമായൊരലർച്ചയോടെ കരിങ്കണ്ണൻ പൊടിമണ്ണിൽ വീണു പിടഞ്ഞു. പതുക്കെ കൈകാലുകളുടെ ചലനം നിന്നു.

കള്ളൻ കരിങ്കണ്ണനെ സൂക്ഷിച്ചു നോക്കി. ജീവന്റെ തുടിപ്പ് എവിടെയെങ്കിലും ശേഷിക്കുന്നുണ്ടോ എന്ന് പരിശോധിച്ചു. ഇല്ലെന്നുറപ്പുവരുത്തി അയാൾ എഴുന്നേറ്റു. തോക്കും കത്തിയും കൈയിലെടുത്തു.

ഇതിനിടയിൽ മറ്റു കരിങ്കണ്ണന്മാർ മാർച്ച് ചെയ്തു വന്ന് കള്ളനെ വളഞ്ഞു.

'ഫയർ!' എന്നൊരലർച്ച!

ഒരു കരിങ്കണ്ണൻ കള്ളനു നേർക്ക് വെടിയുതിർത്തു.

ത്രസിപ്പിക്കുന്നൊരു ചടുല നീക്കത്തിൽ കള്ളൻ വെടിയുണ്ടയുടെ വഴിയിൽ നിന്ന് തെന്നിമാറി. കരിങ്കണ്ണന്മാർ അയാളെ കൈയോടെ പിടിക്കാൻ നോക്കി. പിടിച്ചു പിടിച്ചില്ല എന്ന ഘട്ടമായപ്പോഴുണ്ട് കള്ളൻ വീണ്ടുമൊരു മലക്കം! ആകാശമാർഗത്തിൽ അവൻ ഉയർന്നു പൊങ്ങിയെത്തി. പിന്നെ അവന്റെ പൊടിപോലും കരിങ്കണ്ണന്മാർക്ക് കാണാൻ കഴിഞ്ഞില്ല.

പൊരുതി വീണവനു നേർക്ക് കരിങ്കണ്ണന്മാർ അതിവേഗമെത്തി.

തകർന്നുപോയ തല കണ്ടപ്പോൾത്തന്നെ അവർ തീർച്ചപ്പെടുത്തി, ഇനി രക്ഷയില്ലെന്ന്. കുനിഞ്ഞിരുന്ന് നാഡിമിഡിപ്പുകളുണ്ടോ എന്നു നോക്കി. ഇല്ല. ജീവന്റെ ചെറുചലനംപോലും എവിടെയുമില്ല.

അവർ എഴുന്നേറ്റു. ആദരസൂചകമായി തലകുനിച്ചു നിന്നു. സഹപ്രവർത്തകന്റെ അകാലചരമത്തിൽ അവരുടെ ഉള്ളുരുകി. നിന്ന നിൽപ്പിൽ ഉറങ്ങിപ്പോയതുകൊണ്ടാണ് ഒരു വിലപ്പെട്ട ജീവൻ നഷ്ടപ്പെട്ടുപോയതെന്ന കുറ്റബോധം അവരെ പിടിച്ചുല

ച്ചു. ഉറങ്ങാതെ കാവൽ നിന്ന സുഹൃത്ത് ശത്രുവിനെതിരെ ഒറ്റയ്ക്കു പോരാടി. പിന്തിരിഞ്ഞോടാതെ അവസാനശ്വാസം വരെ പോരാട്ടഭൂമിയിൽ അടിയുറച്ചു നിന്നു. കരിങ്കണ്ണന്മാർക്കിടയിൽ നിന്ന് ചോരയിലെഴുതിയ ഒരു വീരേതിഹാസം പിറവിയെടുത്തിരിക്കുന്നു! കാവൽക്കാർ എപ്പോഴും ഉയർന്നുതന്നെ നിൽക്കണമെന്ന സന്ദേശം ധീരരക്തസാക്ഷി തന്റെ അവസാന ശ്വാസത്തിലൂടെ ലോകത്തിനു നൽകിയിരിക്കുന്നു.

എത്രയും വേഗം ഭൗതികശരീരം വെണ്ണീറാക്കണം.

കരിങ്കണ്ണന്മാർ പറമ്പിന്റെ അതിർത്തിയിൽ ചിതയൊരുക്കി. പൊരുതി വീണവന്റെ അന്ത്യയാത്ര വികാരനിർഭരമായിരുന്നു. അന്നേരം നിലാവിന്റെ ചിരി മാഞ്ഞു. എവിടെ നിന്നോ ഒഴുകിയെത്തിയ മേഘമാലകൾ ശശിബിംബത്തെ മറച്ചുകളഞ്ഞു. മിന്നാമിനുങ്ങുകൾ വൃക്ഷശിഖരങ്ങളെ പൊതിഞ്ഞു നിന്നുകൊണ്ട് ആ യാത്ര നോക്കി നിന്നു. ചീവീടുകൾ നെഞ്ചുപൊട്ടിക്കരഞ്ഞു. പേക്കൻ തവളകൾ ആചാരവാദ്യങ്ങൾ മുഴക്കി.

ശവഘോഷയാത്രയുടെ ഏറ്റവും മുമ്പിൽ നടന്ന ഒരു കരിങ്കണ്ണൻ ക്ലാർനറ്റ് വായിച്ചു. ദുഃഖത്തിന്റെ പെരുമഴയായി ആ സംഗീതം പോരാട്ട ഭൂമിയിൽ പെയ്തിറങ്ങി. ശവമഞ്ചം പേറി പിന്നാലെ മറ്റു കാവൽക്കാർ അടിവച്ചടിവച്ച് ചിതയ്ക്കരികിലേക്കു നടന്നു. ചന്ദനത്തിന്റെയും കുന്തിരിക്കത്തിന്റെയും ഗന്ധം അവിടമാകെ പരന്നിരുന്നു. ശവം ചിതയിൽവച്ചു. ആചാരവെടികൾ ആകാശത്തേക്കുയർന്നുപൊട്ടി. എന്തു വിലകൊടുത്തും കള്ളന്മാരെ തുരത്തുകതന്നെ ചെയ്യുമെന്ന് കാവൽക്കാർ ഉയർന്നു കത്തുന്ന തീജ്ജ്വാലകളെ സാക്ഷിയാക്കി പ്രതിജ്ഞ ചെയ്തു. രണാങ്കണത്തിൽ ജീവൻ ബലിയർപ്പിച്ച ധീരനെ സ്മരിച്ചുകൊണ്ട് തല മുതിർന്ന ഒരു കരിങ്കണ്ണനായിരുന്നു ചിതയ്ക്ക് തീകൊളുത്തിയത്.

ഭൂമിയുടെ ദുഃഖം മുഴുവൻ പുകച്ചുരുളുകളായി ആകാശത്തേക്കുയർന്നു. രോഷം മുഴുവൻ തീജ്വാലകളായി ആകാശത്തെ പൊള്ളിച്ചു കൊണ്ടിരുന്നു. അധികം താമസിയാതെ ആകാശം കത്താൻ തുടങ്ങി. കത്തിക്കത്തി ആകാശത്തുണ്ടുകൾ ഭൂമിയി

ലേക്ക് അടർന്നുവീണു.

തീച്ചുരുളുകളിൽനിന്ന് രക്ഷപ്പെടാൻ നന്ദു ഏറെ പണിപ്പെട്ടു. കാട്ടുതീ എല്ലാം വിഴുങ്ങാനുള്ള ദാഹത്തോടെ പടർന്നടുക്കുകയാണ്.

നന്ദു വല്ലാതെ പേടിച്ചു. രക്ഷപ്പെടാൻ ഒരുവഴിയും കാണുന്നില്ല. ഉറക്കെ കരയാൻ ശ്രമിച്ചു. പക്ഷേ ശബ്ദം പൊങ്ങുന്നില്ല. വീണ്ടും ശ്രമിച്ചു. ഇല്ല ശബ്ദം ആവിയായിപ്പോകുന്നു, തൊണ്ടയിൽ വച്ചുതന്നെ. ഓടണമെന്നുണ്ട്. പക്ഷേ കാലുകൾ മുന്നോട്ടു നീങ്ങുന്നില്ല. ശബ്ദത്തിനും ചലനത്തിനും കൂച്ചുവിലങ്ങിട്ട ആ അവസ്ഥയിൽ നിന്ന് അവൻ പൊടുന്നനെ ഉണർവിലേക്കു വഴുതി വീണു. എന്താണ് സംഭവിച്ചതെന്നു പിടികിട്ടാതെ നന്ദു കുറച്ചുനേരം പകച്ചിരുന്നു പോയി. ആകെ വിയർത്തു പോയിരിക്കുന്നു.

ഒരു സ്വപ്നത്തിന്റെ പിടിയിലായിരുന്നു താൻ ഇത്രയും നേരം എന്ന് ബോധ്യം വന്നപ്പോൾ നന്ദുവിന് ചിരി വന്നു.

ഭാഗ്യം!

മുത്തശ്ശി കിടന്ന് കൂർക്കം വലിക്കുന്നുണ്ട്.

നന്ദിനിച്ചേച്ചിയും ഉറങ്ങിയ മട്ടാണ്.

തന്റെ പിടച്ചിലും വെപ്രാളവും ആരും കണ്ടിരിക്കാൻ ഇടയില്ല.

ഹൊ! എന്തൊരു കാഴ്ചയായിരുന്നു!

നെഞ്ചിപ്പോഴും പിടയ്ക്കുന്നുണ്ട്.

എന്നാലും ആ കള്ളൻ ഓടി രക്ഷപ്പെട്ടില്ലേ!

പിടികൂടണമായിരുന്നു. അവന്റെ മുഖം മൂടി വലിച്ചു കീറി കണ്ണിൽ മുളകരച്ചൊഴിക്കണമായിരുന്നു. ആ മൊട്ടത്തലയിൽ തോക്കിന്റെ പാത്തി കൊണ്ട് രണ്ടടി വച്ചു കൊടുക്കണമായിരുന്നു. എല്ലാ കരിങ്കണ്ണന്മാരെയും കബളിപ്പിച്ചുകൊണ്ട് അവൻ കടന്നുകളഞ്ഞിരിക്കുന്നു. സൂക്ഷിച്ചോ, പെരുങ്കള്ളാ ഇന്നല്ലെങ്കിൽ നാളെ നിന്നെ എന്റെ കൈയിൽ കിട്ടും. അറ്റകൈക്ക് വരശക്തി പരീക്ഷിക്കാനും മടിക്കില്ല ഞാൻ.

നന്ദു എഴുന്നേറ്റു ജനലരികിലേക്ക് നടന്നു. മലനിരകളിലും

താഴ്വരകളിലും നിലാവിന്റെ വെള്ളിത്തിളക്കം. ഇലകളിൽ തങ്ങി നിന്ന വെള്ളത്തുള്ളികൾക്ക് രത്നങ്ങളുടെ ശോഭ.

ഈ ഭൂമി എത്രമാത്രം സുന്ദരമാണ്!

ഉണർവിലും ഉറക്കിലും സ്വപ്നങ്ങളുടെ ജാലകത്തിരശ്ശീല നീക്കി ഉള്ളിന്റെയുള്ളിൽ രൂപങ്ങളും നിറങ്ങളും നാദങ്ങളും ഗന്ധങ്ങളും നിറയ്ക്കുന്ന ഭൂമിക്ക് നന്ദുവിന്റെ വന്ദനം!

പുറത്ത് ബാളുവിന്റെ കുര. കൂട്ടരേ, ബാളു കുരയ്ക്കുന്നത് നിഴലിന്റെ മറപറ്റി പതുങ്ങി വരുന്ന കള്ളനെ കണ്ടിട്ടല്ല. പേടിച്ചിട്ടുമല്ല. ഊണിന്റെ സമയമായി എന്ന് മുത്തശ്ശിയെ അറിയിക്കാൻ വേണ്ടിയുള്ള കുരയാണത്. മുത്തശ്ശിയും പേരക്കുട്ട്യോളും ഊണുകഴിച്ചിട്ടു വേണം ബാളുവിന്റെ ഓഹരി മാടത്തിനടിയിലെ പ്ലെയ്റ്റിലെത്താൻ.

കുരയ്ക്കട്ടെ മുത്തശ്ശി ഉണരും വരെ കുരയ്ക്കട്ടെ.

നമുക്കിവിടെത്തന്നെ ഇരിക്കാം. കഥയുടെ ഊഞ്ഞാലിൽ കിടന്നാടിക്കൊണ്ട് കഥാശേഷവും കാത്ത്.

ഏഴ്

അമ്മിണിയെ മേയ്ക്കാൻ കുന്നിൽചെരുവിലേക്ക് പുറപ്പെടാനൊരുങ്ങിയപ്പോഴാണ് ശങ്കരമ്മാമൻ വരുന്നത് നന്ദു കണ്ടത്.

നിന്നനിൽപ്പിൽ നിന്നുപോയി നന്ദു.

ഇത്രരാവിലെ എങ്ങനെയാണ് ഇവിടെ എത്താൻ കഴിഞ്ഞത് ശങ്കരമ്മാമന്!

ആലുപുരത്തേക്ക് നാട്ടിൽ നിന്ന് നേരിട്ട് ബസില്ല. നീലേശ്വരത്തിറങ്ങിവേണം ആലുപുരം ബസ് പിടിക്കാൻ. രാവിലെ പത്തുമണിക്കും ഉച്ചയ്ക്ക് രണ്ടു മണിക്കും ഓരോ ബസുണ്ട്. തീർന്നു. കൂപ്പിലേക്ക് മരം വലിക്കാൻ പോകുന്ന ലോറികളുണ്ടാവും ഇടയ്ക്കിടെ. ഇടമുണ്ടെങ്കിൽ അതിലും കയറിപ്പറ്റാം. ശങ്കരമ്മാമൻ അധികവും ലോറിയിലാണ് വരിക. ചുമലിൽ ഒരു മാറാപ്പ് തൂങ്ങി നിൽക്കുന്നുണ്ടാവും. അരിയും മലരും ഇളനീരും നെയ്യപ്പവുമൊക്കെയായിരിക്കും അതിനകത്ത്. തെയ്യ സ്ഥലത്തു നിന്ന് കിട്ടുന്നതാണെല്ലാം. സൂക്ഷിച്ചു വയ്ക്കുന്നതാണ്, ആലുപുരത്തെത്തിക്കാൻ.

ബാളു വളരെ പെട്ടെന്ന് ശങ്കരമ്മാമന്റെ സാന്നിധ്യം മണത്തറിഞ്ഞു. പടിഞ്ഞാറേക്കരയിലെ വയൽ വരമ്പിലൂടെ നടന്നു വരുന്ന ശങ്കരമ്മാമനെ നോക്കി സ്നേഹസൂചകമായ ഞരക്കങ്ങളോടെ അവൻ വാലാട്ടി. നന്ദുവിന്റെ അനുവാദത്തിനായി കുറ

ച്ചുനേരം കാത്തു നിന്നു. ക്ഷമകെട്ട് അവൻ മുമ്പോട്ട് കുതിച്ചു.

ശങ്കരമ്മാമന്റെ അരക്കെട്ടിൽ മുൻകാലുകൾ ചുറ്റി ബാളു പിൻകാലിൽ നിന്നു. എന്തെല്ലാമോ ശബ്ദങ്ങൾ പുറപ്പെടുവിച്ചു. ആലുപുരത്തെ വിശേഷങ്ങളെല്ലാം ആ ഞരക്കങ്ങളിൽ അടങ്ങിയിരുന്നു. ശങ്കരമ്മാമനോടുള്ള സ്നേഹാന്വേഷണങ്ങളെല്ലാം അവന്റെ ചലനങ്ങളിൽ പ്രകടമായിരുന്നു. ശങ്കരമ്മാമൻ സ്നേഹപൂർവം ബാളുവിന്റെ തലയിലും മുതുകിലും തലോടി. അവന്റെ ഗാഢാശ്ലേഷത്തിൽ കുതറി മുന്നോട്ടു വരാൻ കഴിയാതെ ശങ്കരമ്മാമൻ വിഷമിക്കുന്നത് കണ്ട് നന്ദു ഉറക്കെ വിളിച്ചു.

"ബാളൂ! വാ, ഇങ്ങോട്ട്!"

ബാളു ശങ്കരമ്മാമന്റെ പിടിവിട്ട് വളരെ വേഗം നന്ദുവിനു നേർക്കോടി.

നന്ദു അമ്മിണിയെ വീണ്ടും കാവൽമാടത്തിന്റെ ചുവട്ടിൽ കെട്ടിയിട്ടു.

ഇനി ശങ്കരമ്മാമനോട് കുറച്ചുനേരം സൊറ പറഞ്ഞിട്ടു മതി നിന്നെ മേയ്ക്കാൻ.

നന്ദു ശങ്കരമ്മാമന്റെ അരികിലേക്കോടി. അമ്മിണിക്ക് ആ പോക്ക് അത്ര രസിച്ചില്ല. ശങ്കരമ്മാമനെ കണ്ടപ്പോൾ അമ്മിണിയെ വേണ്ടെന്നായിരിക്കുന്നു. ആ എച്ചിൽതീനിക്കാണെങ്കിൽ നന്ദുവിനെക്കാൾ ആവേശം. കണ്ടില്ലേ പോകുന്നത്, നിഴലുപോലെ നന്ദുവിന്റെ പിന്നാലെ. അമ്മിണി പ്രതിഷേധ സൂചകമായി ഒന്നു മുരണ്ടു.

"ങ്മേഹേ...! ങ്മേഹേ...!"

പിന്നെ തലകുടഞ്ഞ് മുൻകാൽകൊണ്ട് മണ്ണുമാന്തി. അബദ്ധമായിപ്പോയി. മഴപെയ്ത് കുതിർന്ന മണ്ണിൽ നിന്ന് പ്രതിഷേധത്തിന്റെ പൊടിപടലങ്ങൾ പറന്നില്ല. പകരം കുഴമ്പുരൂപത്തിലുള്ള മണ്ണ് കാലിൽ പറ്റിപ്പിടിച്ചു. ദിവസം കൊള്ളില്ല. ലക്ഷണം അശുഭം. ഇന്നലത്തെപ്പോലെ ഏതെങ്കിലും കുറ്റിക്കാട്ടിൽ ബന്ധനത്തിലാവാനാണ് വിധി.

അതാ, തോളിൽ തൂക്കിയിട്ട മാറാപ്പ് ശങ്കരമ്മാമൻ നന്ദുവിനെ ഏൽപ്പിക്കുന്നു. തീർച്ചയായും അതിൽ നെയ്യപ്പമുണ്ടാവും. ബാളു

വിനും തനിക്കും ഓരോന്ന് കിട്ടാതിരിക്കില്ല. കഴിഞ്ഞ രണ്ടുതവണ വന്നപ്പോഴും മാറാപ്പിൽ നെയ്യപ്പമുണ്ടായിരുന്നു. ഹൊ! എന്തൊരു സ്വാദ്! അമ്മിണിയുടെ നാവിൽ വെള്ളമൂറി. അവൾ തലയുയർത്തി അവരുടെ വരവ് നോക്കി നിന്നു.

കൂട്ടരേ, നോക്കുക, ശങ്കരമ്മാമനെ. വട്ടക്കഴുത്തുള്ള മുറിക്കൈയൻ കുപ്പായം, വശങ്ങളിൽ കൈകൾക്കു സമാന്തരമായി ആഴമുള്ള കീശ. കട്ടനീലം മുക്കിയ ഒറ്റമുണ്ടിന് കണങ്കാൽവരെ മാത്രമേ ഇറക്കമുള്ളൂ. കാതിലെ കമ്മൽ വെയിലിൽ തിളങ്ങുന്നുണ്ട്. നെറ്റിയിലെ ചന്ദനക്കുറിയുടെ നടുവിൽ ഒരു കുങ്കുമ

പ്പൊട്ടുകൂടിയുണ്ട്. നരച്ചു തുടങ്ങിയ തലയിലെ വിയർപ്പ് നെറ്റിയിലേക്ക് ചാലിട്ടൊഴുകുന്നുണ്ട്. ഇടങ്കൈയിൽ ദശാവതാരങ്ങൾ കൊത്തിവച്ച കട്ടിയുള്ള പൊൻവള. ആചാരവളയാണത്. നല്ല തെയ്യക്കാരന് തമ്പുരാൻ 'പണിക്കർ' സ്ഥാനത്തോടൊപ്പം നൽകുന്ന പൊൻവള. കണ്ടില്ലേ, നന്ദു ശങ്കരമ്മാമന്റെ കൈയിൽ തൂങ്ങി നടന്നുവരുന്നത്! എന്തു സന്തോഷമാണ് ആ മുഖത്ത്! നമുക്ക് നോക്കിയിരിക്കാം.

അമ്മിണിയുടെ നോട്ടം മുഴുവൻ ബാളുവിലാണ്. മര്യാദ

യ്ക്കൊന്ന് നടക്കാനറിയില്ല. ഓട്ടമാണ്, മുന്നോട്ടും പിന്നോട്ടും.

നന്ദു കാവൽമാടത്തിന്റെ പടികൾ ചാടിക്കയറിക്കൊണ്ട് ഉറക്കെ മുത്തശ്ശിയെ വിളിച്ചു.

അകത്തു നിന്നു മുത്തശ്ശി വിളികേട്ടു.

"ദാ, ഇതാരാ വന്നിരിക്കുന്നതെന്ന് നോക്ക് മുത്തശ്ശീ..."

മുത്തശ്ശി വേഗം വാതിൽക്കൽ വന്നു നിന്ന് താഴേയ്ക്കു നോക്കി.

ശങ്കരനുണ്ട്, പതുക്കെ നടന്നുവരുന്നു.

"അല്ല, ഇതാര്! ഇന്നലെ രാത്രീലും നിന്നെ കാണാത്തതെന്താന്ന് ഇങ്ങനെ വേവലാതിപ്പെട്ടിരിക്കാരുന്നു ഞാൻ. ശങ്കരാ നീ എവിട്ന്നാ ഇത്ര രാവിലെ!" മുത്തശ്ശി ചോദിച്ചു.

മാടത്തിനകത്തെത്തി പുൽപ്പായിലിരുന്നുകൊണ്ട് ശങ്കരൻ പറഞ്ഞു:

"ഇങ്ങട്ട് വരണംന്ന് തോന്ന്യാ പിന്നെ രാവെന്നോ പകലെന്നോ ഉണ്ടോ ഏട്ടീ... ഇറങ്ങി നടക്ക്ന്നെ. രാത്രി എട്ടുമണിക്ക് ഊണു കഴിച്ച് ഇറങ്ങിയ എറക്കാ. ഒരേ നടത്തം. ചൂട്ടോ ടോർച്ചോ ഒന്നൂല്ല. ഇരിയേല് എത്തിയപ്പോ സായ്പിന്റെ ബംഗ്ലാവിന്റെ ഇറയത്ത് കൊറച്ചുനേരം കിടന്നു. അത്രന്നെ. നന്ദനിക്കുട്ടി എവിടെ ഏട്ടീ...?"

"ഓള് ഏടപ്പോവാൻ! അടുക്കളേല്ണ്ടാവും."

മുത്തശ്ശി പറഞ്ഞ് നാക്കെടുത്തില്ല. അപ്പോഴേക്കും നന്ദിനി ശങ്കരമ്മാമന് ചായയുമായി മാടത്തിനകത്തെത്തി.

"കണ്ടോടാ നന്ദുമോനെ. നല്ല വകതരിവുള്ളോളാ എന്റെ നന്ദിനിക്കുട്ടി. ഞാൻ വരുന്നത് കണ്ടപ്പഴേയ്ക്കും ചായയുണ്ടാക്കീലേ ഓള്!"

ശങ്കരമ്മാമന്റെ പ്രശംസ അൽപ്പം കൂടുതലായിപ്പോയെന്ന് നന്ദുവിന് തോന്നി.

"മുഖം കഴുകീട്ടില്ല ശങ്കരമ്മാമൻ. അതിനു മുമ്പ് ചായയുമായെത്തി."

അവൻ പറഞ്ഞു.

"മുഖം കഴുകി. പല്ലു തേച്ചു. കുളിച്ചു. എല്ലാം കഴിഞ്ഞു

നന്ദുമോനേ.. വഴീല് എത്ര പുഴ കടക്കാനുണ്ട്. കുളിക്കാനാണോ വിഷമം." ശങ്കരമ്മാമൻ പറഞ്ഞു. "ഞങ്ങളെപ്പോലുള്ളവർക്ക് ഈ നാടുമുഴുവൻ സ്വന്തം വീടാ. എവിടന്നും പല്ലു തേയ്ക്കാം. എവിടന്നും കുളിക്കാം. എവിടന്നും കുറി വലിക്കാം. തനി നാടോടികള്. അതൊക്കെ നമ്മുടെ നന്ദിനിക്കുട്ടിക്കറിയാം."

നന്ദു ക്ഷീണിച്ചുപോയി. അസൂയ നന്നല്ലെന്ന് അവൻ തിരിച്ചറിയുകയും ചെയ്തു. അതാ, ഏച്ചി തന്നെ നോക്കി കള്ളച്ചിരി ചിരിക്കുന്നത് അവൻ കണ്ടു. അസൂയ പാടില്ലെന്ന് പറയാതെ പറയുകയാണ് ഏച്ചി ആ ചിരിയിലൂടെ.

"നിന്നെ വഴിനോക്കി ഇരിക്കാരുന്നു ഞാൻ കുറേ ദിവസായിട്ട്. എന്റെ പേരക്കുട്ട്യോളെ കാണാതെ നിനക്ക് അധികദിവസം നിൽക്കാൻ കഴിയില്ലെന്ന് എനിക്കറിയാം. ങാ എല്ലാം അവരുടെ വിധി. എന്റെ കണ്ണേടഞ്ഞാ നീയല്ലാതെ അവർക്ക് മറ്റാരും ഇല്ല ശങ്കരാ..." മുത്തശ്ശിയുടെ കണ്ണുകൾ നിറഞ്ഞു. വാക്കുകൾ ഇടറി.

ശങ്കരമ്മാമൻ തലകുനിച്ചിരിപ്പായി. അയാളുടെ ഉള്ളിലെവിടെയോ മുത്തശ്ശിയുടെ വാക്കുകൾ ആഴത്തിൽ തറച്ചു.

മുത്തശ്ശിയുടെ വാക്കുകളിലെ ഇടർച്ചയും ശങ്കരമ്മാമന്റെ തലകുനിച്ചിരിപ്പും നന്ദുവിനെ വിഷമിപ്പിച്ചു. അവൻ ജനലരികിലേക്കു നീങ്ങി. പുറത്തേക്കു നോക്കി. പക്ഷേ അവൻ ഒന്നും കാണുന്നുണ്ടായിരുന്നില്ല. കാടിനു മുകളിൽ വെയിൽ പരക്കുന്നതും കിളിക്കൂട്ടങ്ങൾ തെളിഞ്ഞ ആകാശത്തിലൂടെ പറന്നുപോകുന്നതും ഒന്നും.

"വാഴക്കുലയെല്ലാം മൂപ്പെത്തിയിരിക്കുന്നു ശങ്കരാ.. എവിടെയാണെന്നു വച്ചാ കൊണ്ടുപോയി കൊടുത്തുകള. ഇല്ലെങ്കില്... അവകാശികള് വേറേംണ്ടല്ലോ. തത്തയും അണ്ണാനും അത്യാവശ്യത്തിന് കൊരങ്ങനും ഒക്കെ, അവറ്റകള് എല്ലാം നശിപ്പിച്ചുകളയും. ഇത്തവണത്തെ പുനംകൃഷി വേണ്ടെന്നു വയ്ക്കാം ശങ്കരാ." എല്ലാത്തിനും നീ തന്നെ വേണ്ടെ... കാട് വെളിപ്പിക്കാനും കത്തിക്കാനും മണ്ണ് കിളച്ചു മറിക്കാനും വിത്തിടാനും എല്ലാം. നിനക്കെവിടിന്നാ ഇതിനൊക്കെ നേരം?"

മുത്തശ്ശി പറഞ്ഞു.

"പുനംകൃഷി മാത്രമല്ല നമുക്കിവിടത്തെ താമസം തന്നെ മതിയാക്കാം ഏട്ടീ..."

"എന്നിട്ട്?"

മുത്തശ്ശിക്കറിയണം ആലുപുരത്തുനിന്നു മാറി എങ്ങോട്ട് പോകുമെന്ന്.

"നമുക്കെല്ലാർക്കും നാട്ടിലേക്ക് പോകാം ഏട്ടീ..."

"എന്നിട്ട്?"

മുത്തശ്ശിക്കറിയണം നാട്ടിലെത്തി എന്തു ചെയ്യുമെന്ന്.

"പറഞ്ഞു പറഞ്ഞ് കാലവർഷം ഇങ്ങെത്തും. എങ്ങനെ കഴിയാനാ ഈ മാടത്തിനകത്ത്. പ്രായമായില്ലെ നിങ്ങക്ക്. ഞാൻ തെരക്കിട്ട് വന്നത് ഈ കാര്യത്തിലൊരു തീരുമാനംണ്ടാക്കാനാ."

നന്ദു ഒരു ഞെട്ടലോടെ ശങ്കരമ്മാമനെ നോക്കി.

ആലുപുരം വിട്ട് പോവുകയോ! വിചാരിക്കാൻ പോലും കഴിയുന്നില്ല നന്ദൂന്. അത്രമേൽ ഇഷ്ടപ്പെട്ടുപോയി അവൻ ഇവിടത്തെ ആകാശത്തെ, ഇവിടത്തെ മണ്ണിനെ, ഇവിടത്തെ പുഴയെ, കാടിനെ, കൃഷിയിടങ്ങളെ, കൂട്ടുകാരെ.

"നന്ദിനിക്കുട്ടീടെ പഠിത്തം മൊടങ്ങീട്ട് രണ്ടുകൊല്ലായി. അവളെ സ്കൂളിൽ ചേർക്കണം. പത്താംതരം വരെയെങ്കിലും പഠിപ്പിക്കാതിരുന്നാ.. പ്രത്യേകിച്ചും പെങ്കുട്ട്യോളെ..."

ശങ്കരമ്മാമന്റെ ആ അഭിപ്രായം നന്ദൂന് ഇഷ്ടായി. എന്നും അടുക്കളേലെ ചൂടും പൊകേം ഏറ്റോണ്ടിരുന്നാ മത്യോ? ഏച്ചിയാണെങ്കില് പഠിപ്പില് ബഹുമിടുക്കിയാ. എല്ലാ ക്ലാസിലും ഒന്നാമതായിരുന്നു. നന്ദു നന്ദിനിയുടെ മുഖത്തേയ്ക്കൊന്നു നോക്കി. തെളിഞ്ഞിരിക്കയാണ് ഏച്ചിയുടെ മുഖം. പുകകൊണ്ട് കരുവാളിച്ചു പോയിരുന്ന ആ മുഖം അടുത്തൊന്നും ഇങ്ങനെ തെളിഞ്ഞു കണ്ടിട്ടില്ല. എല്ലാം നല്ലതിനുതന്നെ. പക്ഷേ ഒരപകടമുണ്ട്. ഒരേ ക്ലാസിലായിരിക്കും ഇനി ഏച്ചിയും താനും പഠിക്കേണ്ടിവരിക. ഏച്ചിയോട് പഠിത്തത്തിന്റെ കാര്യത്തിൽ മത്സരിച്ചു ജയിക്കുക പ്രയാസമാണ്. രണ്ടാം സ്ഥാനത്തേക്ക് പിന്തള്ളപ്പെട്ടുപോകും തീർച്ച. എന്താണിതിനൊരു പോംവഴി? നന്ദു ആലോചിച്ചു. വഴിയുണ്ട് ഹെഡ്മാസ്റ്റർ വിചാരിക്കണം. ഡിവി

ഷൻ മാറ്റിയിരുത്തിയാൽ മതി. തന്നെ എട്ട് 'എ' യിലും ഏച്ചിയെ എട്ട് 'ബി'യിലും ചേർത്താ മതീന്ന് ഹെഡ്മാസ്റ്ററോട് പറയണം. ശങ്കരമ്മാമനോട് ഇക്കാര്യം നേരത്തേ സൂചിപ്പിക്കണം. ശങ്കരമ്മാമൻ പറഞ്ഞാൽ ഹെഡ്മാസ്റ്റർ കേൾക്കാതിരിക്കില്ല.

"നന്ദൂം ഹൈസ്കൂൾ ക്ലാസിലെത്തി." ശങ്കരമ്മാമൻ പറഞ്ഞു. "നാട്ടിലെ സ്കൂളോളം വര്വോ ഏട്ടീ, ഇവിടത്തെ സ്കൂള്. പഠിപ്പിക്കാൻ വേണ്ടത്ര അധ്യാപകരുണ്ടാവില്ല. ഇരിക്കാൻ ബെഞ്ചുണ്ടാവില്ല. ഇക്കാലത്ത് എന്തെങ്കിലുമൊരു ജോലി കിട്ടാൻ നല്ല വിദ്യാഭ്യാസം വേണം. എന്നെപ്പോലെ തെയ്യംകെട്ടി ഓൻ ജീവിതം കനലിൽ കരിച്ചുകളയുന്നതു കാണാൻ എനിക്കാവില്ല ഏട്ടീ..."

"ശങ്കരൻ പറയുന്നതൊക്കെ നേരാ." മുത്തശ്ശി പറഞ്ഞു. "എന്റെ പേരക്കുട്ട്യോള് നല്ലൊരു വഴിക്കെത്തണമെന്ന് നിന്നെപ്പോലെ എനിക്കും ആഗ്രഹംല്ലാഞ്ഞിട്ടല്ല."

"പിന്നെന്തേ?"

ശങ്കരമ്മാമൻ ചോദിച്ചു.

"എന്റെ പേരക്കുട്ട്യോൾക്ക് നാട്ടില് നീയുണ്ടാവും. എനിക്കോ? എനിക്കാരാള്ളത്? ഉള്ളോരെല്ലാം പോയില്ലെ? എന്നെ തനിച്ചാക്കീറ്റ്... പോയി... യാത്രപോലും പറയാതെ."

മുത്തശ്ശി പുടവത്തുമ്പുകൊണ്ട് കണ്ണുതുടച്ചു.

"അപ്പോ, ഞാൻ എട്ടീടെ ആരും അല്ല അല്ലേ? നിങ്ങളെ പേരക്കുട്ട്യോൾടെ അമ്മയുടെ ആങ്ങളയല്ലേ എട്ടീ ഞാൻ. അതും മറന്നോ! മതി. കേട്ടതൊക്കെ മതി. വന്നതുപോലെ ഞാൻ തിരിച്ചുപൊയ്ക്കോളാം."

ശങ്കരമ്മാമന്റെ തൊണ്ടയിടറുന്നതു കണ്ടപ്പോൾ നന്ദുവിന് എന്തെന്നില്ലാത്ത വിഷമം തോന്നി. മുത്തശ്ശി ചിലപ്പോൾ ഇങ്ങനെയാണ്. മുൻപിൻ നോക്കാതെ എന്തെങ്കിലും പറഞ്ഞുകളയും.

നന്ദിനിക്കും തീരെ പിടിച്ചില്ല മുത്തശ്ശിയുടെ വർത്തമാനം. മുത്തശ്ശിയുടെ നേർക്കുള്ള അവളുടെ നോട്ടം കണ്ടാലറിയാം ആ ഇഷ്ടക്കേട്.

"എന്നല്ല ഞാൻ പറഞ്ഞുവന്നത് ശങ്കരാ... മൺമറഞ്ഞു പോയവരെ ഓർത്തപ്പോ മനസിന്റെ നീറ്റല് കൊണ്ട് പറഞ്ഞു

പോയതാ. പെണ്ണിന് ഭർത്താവും മക്കളും കഴിഞ്ഞേ മറ്റു ബന്ധങ്ങളുള്ളൂ. എല്ലാം എന്റെ തലവിധിയായിരിക്കും. ശങ്കരൻ ഒന്നു കൊണ്ടും വെഷമിക്കണ്ട. വരാം. കുട്ട്യോൾടെ കൂടെ ഞാനും വരാം. പക്ഷേ ഭഗോതിക്കാരാ? അന്തിത്തിരിവെക്കാനെങ്കിലും ഒരാള് വേണ്ടെ? കുറച്ച് മണ്ണ് ഉള്ളത് ആരാ നോക്കാ?"

"ഒക്കെ നമുക്ക് വഴീണ്ടാക്കാം ഏട്ടീ. എടവപ്പാതിക്കു മുമ്പ് ഞാൻ വരും. നിങ്ങളെ കൊണ്ടുപോകാൻ. ഈ വയസുകാലത്തിനി മുത്തശ്ശി ഇവിടെക്കിടന്ന് കഷ്ടപ്പെടേണ്ട. ഉള്ളതോണ്ട് നമുക്ക് ഓണം പോലെ കഴിയാം നാട്ടില്. അന്തിത്തിരി വയ്ക്കാൻ ഒരാളെ ഞാൻ ഏർപ്പാടാക്കും. പിന്നെ ഇവിടത്തെ മണ്ണ്. പോയും വന്നും ഞാനതില് നാലുമണി നെല്ല് വിളയിക്കും. വാഴ വയ്ക്കും. വെള്ളരി നടും. എട്ടി ഒന്നുകൊണ്ടും പേടിക്കണ്ട."

കൂട്ടരേ മുത്തശ്ശി ഒരു തീരുമാനത്തിലെത്തിക്കഴിഞ്ഞിരിക്കുന്നു. ശങ്കരമ്മാമന്റെ കൂടെ കുട്ട്യോളേം കൂട്ടി നാട്ടിലേക്കു പോകാൻ. നന്ദുവിന്റെ മുഖം വാടിയിരിക്കുന്നതു കണ്ടില്ലേ? അവന് ആലുപുരം വിട്ടു പോകാൻ വിഷമമുണ്ട്. നന്ദിനിക്കാണെങ്കിൽ എന്തെന്നില്ലാത്ത സന്തോഷവും. മുടങ്ങിപ്പോയ പഠിത്തം തിരിച്ചുകിട്ടാൻ പോകുന്നതിലുള്ള സന്തോഷം. ഒരു മാസത്തിനുള്ളിൽ ഈ ഏറുമാടം നിശ്ശബ്ദമാവും. എല്ലാവരും കുടിയിറങ്ങിപ്പോവും. നമുക്കു കാണാം ആ യാത്ര. നമുക്കു പിന്തുടരാം അവരെ. അതാ താഴെ നിന്ന് അമ്മിണി നന്ദുവിനെ വിളിക്കുന്നുണ്ട്.

"മ്ഷേഹേ! മ്ഷെഹേ...!"

സമയമായി. മേച്ചിൽപ്പുറങ്ങളിലേക്ക് പോകാൻ സമയമായി എന്ന മുന്നറിയിപ്പ്.

ഭൗ ഭൗ... ഭൗ ഭൗ...

ബാലു അമ്മിണിയുടെ അഭിപ്രായത്തെ ശരിവച്ചു.

നന്ദുവേഗം കോണിപ്പടിയിറങ്ങി.

പുതിയൊരു മനുഷ്യനാണ് താനെന്ന് അപ്പോൾ അവനു തോന്നി.

എട്ട്

മൂടിക്കെട്ടിയ ആകാശമായിരുന്നു. കാലവർഷത്തിന്റെ അരങ്ങൊരുങ്ങുകയാണ്. വൈകുന്നേരങ്ങളിൽ ഒറ്റപ്പെട്ട മഴ പതിവായി. ശക്തമായ മിന്നലും ഇടിയും.

അശാന്തമായ ആകാശം പോലെതന്നെയായിരുന്നു നന്ദുവിന്റെ മനസും. ശങ്കരമ്മാമന്റെ വരവോടെ അവന്റെ ഉത്സാഹമെല്ലാം കെട്ടുപോയി. നാട്ടിലേക്ക് പോകുന്നതിൽ പറയത്തക്ക വിഷമമൊന്നും ഉണ്ടായിരുന്നില്ല അവന്. പക്ഷേ ആലുപുരത്തിന്റെ ഓർമകളിൽ തളച്ചിടപ്പെടുന്നതു പോലെ ഒരു തോന്നൽ.

അമ്മിണിയെയും കൊണ്ട് അവൻ പുഴക്കരയിലേക്കു നടന്നു. പിന്നാലെ ബാളുവും. പതിവുപോലെ നന്ദു അമ്മിണിയുടെ നെറ്റിയിൽ തടവിയില്ല. വായിൽ വിരലിട്ടില്ല. ചൂളമടിച്ച് കൂട്ടുകാരെ വരവറിയിച്ചില്ല. നിശ്ശബ്ദനായി അമ്മിണിയുടെ പിന്നാലെ നടന്നു. ബാളു പക്ഷേ അമ്മിണിയെ പ്രകോപിപ്പിക്കാനുള്ള ചില വിദ്യകളൊക്കെ കാണിച്ചു. ഓടിച്ചാടി വന്ന് അമ്മിണിയുടെ മുഖത്തിനടുത്തു നിന്ന് കുരച്ചു. തിരിച്ചോടി തന്റെ പിന്നാലെ ഓടിവരാൻ അമ്മിണിയെ പ്രേരിപ്പിച്ചു. അവൾ അതൊന്നും ശ്രദ്ധിച്ചതേയില്ല. ശരിക്കൊന്ന് ശ്വാസം കഴിക്കാൻ പോലും നിൽക്കാതെ കറുകപ്പുല്ല് അകത്താക്കി കൊണ്ടിരുന്നു. അവൾക്കറിയാം. തെളിച്ചമില്ലാത്ത ആകാശമാണ്. മഴയൊന്നു ചാറിയാൽ നന്ദു പിന്നെ

ഒരു നിമിഷം നിൽക്കില്ല. തന്നെയും വലിച്ചുകൊണ്ട് വീട്ടിലേക്കോടും. എല്ലാവരെക്കാളും മുമ്പിൽ ആ എച്ചിൽതീനിയായിരിക്കും. ബാളു നാണമില്ലാത്തവൻ!

ഇങ്ങനെ പല വിധ ആലോചനകൾക്കിടയിൽ കറുകപ്പുല്ല് തൊണ്ടയ്ക്കു പിടിച്ചു. എക്കിൾ വന്നു. വെള്ളം കുടിച്ചാൽ പെട്ടെന്ന് എക്കിൾ നിൽക്കുമായിരുന്നു. അതിന് പുഴയിലിറങ്ങിയാൽ സമയം കുറെ പോവും. എക്കിൾ അതിന്റെ വഴിക്കു പോകട്ടെ. തീറ്റ മറ്റൊരു വഴിക്കും. ശങ്കരമ്മാമൻ എത്തിയിരിക്കുന്ന ദിവസമാണ്. ഏതു സമയവും നന്ദു വീട്ടിലേക്കു തിരിക്കാം. അതോടെ ഇന്നത്തെ തീറ്റ നിൽക്കും. വാഴക്കുലയുമായി ചന്തയിൽ പോകണമെന്ന് നേരത്തെ ശങ്കരമ്മാമൻ നന്ദുവിനോട് പറയുന്നുണ്ടായിരുന്നു. നാണമില്ലാത്തവനും പോകും വണ്ടിയുടെ പിന്നാലെ ചന്തവരെ. തിരിച്ചിങ്ങോട്ടും ഓട്ടംതന്നെ. വഴിയിൽ കാണുന്ന മറ്റ് എച്ചിൽതീനികളുടെ കടിയും വാങ്ങിക്കും. എങ്കിലും ചന്തകാണാൻ കഴിയുന്നത് ഒരു ഭാഗ്യം തന്നെ! മനുഷ്യർക്കായാലും നായ്ക്കൾക്കായാലും. ആടുമാടുകളെ സംബന്ധിച്ചിടത്തോളം അതത്ര സുഖകരമായ കാര്യമല്ല.

ആടുമാടുകൾ ചന്തയിലേക്കാണെങ്കിൽ അത് അവസാനത്തെ പോക്കായിരിക്കും തിരിച്ചിങ്ങോട്ടില്ല. മരക്കുറ്റിയിൽ ബലമായി അമർത്തിപ്പിടിക്കുന്ന കഴുത്തിൽ ഒരു കൊടുവാൾ മിന്നൽ പോലെ വന്നു പതിക്കും. തെറിച്ച് ദൂരേക്കു വീഴുന്ന തലയിൽ നിന്ന് നിലവിളിയുടെ ഒരു ചീള്. ഉടലിൽ ഒരു വലിഞ്ഞു മുറുകൽ. കശാപ്പുകാരന്റെ മുഖത്ത് തിളയ്ക്കുന്ന ചോരത്തുള്ളികളിൽ ഒരു ചരമക്കുറിപ്പ്. തീർന്നു!

ഇങ്ങനെയാണത്രെ ആടുമാടുകളുടെ ചന്തയിൽ പോക്ക്. അച്ഛൻ അങ്ങനെയാണത്രെ ഇല്ലാതായത്. അമ്മ പറഞ്ഞുകേട്ടിട്ടുണ്ട്.

ഓരോന്നിങ്ങനെ ആലോചിച്ചു കൊണ്ടിരുന്നാൽ തീറ്റയുടെ വേഗത കുറയും. അമ്മിണി എല്ലാ ചിന്തകളെയും കുടഞ്ഞു കളഞ്ഞ് കറുകപ്പുല്ലിൽ തന്നെ ശ്രദ്ധ കേന്ദ്രീകരിച്ചു.

വരുന്നുണ്ട്, കുട്ടിപ്പട

അപ്പുവും ഹരിയും ചിണ്ടനും മുത്തുവും കിട്ടനും എല്ലാവരുമുണ്ട്.

ഭാഗ്യം!

ഇനി ഉച്ചയായാലും നന്ദു പുഴക്കരയിൽ തന്നെയായിരിക്കും. കൂട്ടുകാരെ പിരിഞ്ഞിരിക്കാൻ അവന് പ്രയാസമാണ്. മഴയായാലും വെയിലായാലും വെടിപറഞ്ഞും കഥ പറഞ്ഞും ഇരുന്നാൽ ഇരുന്നതു തന്നെ. മഴയിൽ വിറയ്ക്കും. വെയിലിൽ വാടും. എന്നാലും കഥയ്ക്ക് ഒരു തടസവുമുണ്ടാവില്ല. ഇനി സുഖമായി മേയാം. ഇന്നത്തെ ദിവസം കുശാൽ!

ഓഹോ... ബാളു കുട്ടിപ്പടയ്ക്കു നേരെ കുരച്ചുചാടുകയാണ്. അവൻ ഇന്നലത്തെ ഓർമയിലാണ്. നന്ദുവിനെ പിടിക്കാൻ മാടത്തിലേക്ക് കയറിവന്നവരോടുള്ള ദേഷ്യം. അഴിച്ചു വിട്ടിരുന്നെങ്കിൽ ഇന്നലെ എല്ലാവരേം കടിച്ചുകുടയുമായിരുന്നു അവൻ. ഹോ! എന്തൊരു പരാക്രമമായിരുന്നു! ചങ്ങലപൊട്ടും എന്ന് തോന്നിപ്പോയിരുന്നു. എന്തൊക്കെ കുറ്റം പറഞ്ഞാലും ബാളുവിന്റെ ധൈര്യം സമ്മതിക്കണം.

കുരച്ചു ചാടുന്ന ബാളുവിനെ നന്ദു സമാധാനിപ്പിച്ചു.

“ബാളു നീയൊന്ന് മിണ്ടാതിരിക്കുന്നുണ്ടോ? നിനക്കറിയില്ലേ അവരെ, എന്റെ കൂട്ടുകാരെ?”

ബാളു ഒന്നടങ്ങി.

അനുസരണയുള്ള കുട്ടിയെപ്പോലെ ദൂരെ മാറിനിന്നു. പക്ഷേ അവന്റെ ഉള്ളിൽ ഒരു നീറ്റൽ അനുഭവപ്പെട്ടു. മനുഷ്യക്കുട്ടികള് എത്ര വേഗമാണ് ഇണങ്ങുന്നതും പിണങ്ങുന്നതും! ഇവന്മാരെ വിശ്വസിച്ച് കുരച്ചു ചാടാൻ പുറപ്പെട്ടാൽ കുടുങ്ങിയതു തന്നെ. ഇപ്പോൾ തന്നെ കണ്ടില്ലേ, ആ കേട്ടപ്പല്ലൻ കിട്ടന്റെയും കൂട്ടരുടെയും മുമ്പിൽ വച്ചല്ലേ നന്ദു തന്നെ അപമാനിച്ചത്! ഒരു ജന്മം കഴിഞ്ഞാലും തങ്ങൾക്കു നേരെ കല്ലെറിഞ്ഞവന്മാരെ മറക്കാത്തവരാണ് നായ്ക്കൾ. മനുഷ്യക്കുഞ്ഞുങ്ങളെന്തേ ഇങ്ങനെയായിപ്പോയത്!

കിട്ടാ.. നീ നിന്നു ഞെളിയേണ്ട. നിനക്കു ഞാൻ വച്ചിട്ടുണ്ട്. നന്ദുവില്ലാത്ത നേരം എന്നെങ്കിലും നിന്നെ തനിച്ചു കിട്ടും എനിക്ക്.

ബാളു അമ്മിണിയുടെ പിന്നാലെ കൂടി.

അമ്മിണിയുടെ മേൽ പറന്നുവന്നിരുന്ന കാക്കയെ കുരച്ചോടിച്ചു. അമ്മിണി മേയുന്നിടത്തു വന്നുനിന്ന് കറുകപ്പുല്ലിൽ വായമർത്തുകയായിരുന്ന പൈക്കിടാവിനെയും അവൻ ഓടിച്ചു വിട്ടു.

ബാലു നന്ദിനിയുടെ മുഖത്തേക്ക് ഒന്നു സൂക്ഷിച്ചു നോക്കി.

ഇത്രയൊക്കെ ചെയ്തിട്ടും ഒരു നന്ദിവാക്കുപോലും അവൻ പറയുന്നില്ല. പോട്ടെ, ഒരു ചെറുപുഞ്ചിരിപോലും അവൾ പകരമായി നൽകുന്നില്ല. തീറ്റ തന്നെ തീറ്റ.

ബാലുവിന്റെ മനസിലിരിപ്പ് അമ്മിണി വളരെ പെട്ടെന്ന് വായിച്ചെടുത്തു.

"ബാലൂ. നീ എന്നെ സന്തോഷിപ്പിക്കാൻ വേണ്ടി ചെയ്യുന്നതെല്ലാം ഞാൻ കാണുന്നുണ്ട്. നന്ദു ആട്ടിയോടിച്ചപ്പോഴാണ് നിനക്കെന്നോട് സ്നേഹം തോന്നിത്തുടങ്ങിയത്. എങ്കിലും നീ വാ എന്റെ കൂടെ. പക്ഷേ എന്റെ മേൽ പറന്നുവന്നിരിക്കുന്ന കാക്കകളോട് നീ ദേഷ്യപ്പെടരുത്. എന്റെ ദേഹം വൃത്തിയാക്കാനാണ് അവ വരുന്നത്. എന്നോടൊപ്പം മേയാൻ വരുന്ന പൈക്കിടാങ്ങളെ നീ കുരച്ചോടിക്കരുത്. ബാലൂ, ഈ ഭൂമിയിലുള്ള പച്ചപ്പുകളെല്ലാം ദൈവം സൃഷ്ടിച്ചത് എനിക്കു മാത്രം തിന്നാൻ വേണ്ടിയല്ല. പുല്ലും പച്ചിലയും തിന്നുന്ന എല്ലാ ജന്തുക്കൾക്കും വേണ്ടിയാണ്. എല്ലാവരോടൊപ്പം ഞാനും എന്റെ വിശപ്പടക്കാൻ മേയുന്നു. അത്രമാത്രം. നാളേക്കു വേണ്ടി പത്തായങ്ങളില്ല. ധാന്യപ്പുരകളില്ല. ഇന്നേക്കു വേണ്ടതുമാത്രം ഇന്നെടുക്കുന്നു. മനുഷ്യർ മാത്രമാണ് മണ്ണും വിണ്ണും സ്വന്തമാക്കാൻ പടവെട്ടുന്നത്. ചോര ചൊരിയുന്നത്. ഒരു നേരത്തെ കഞ്ഞിക്കുവകയില്ലാതെ തെണ്ടി നടക്കുന്ന മഹാഭൂരിപക്ഷം ഒരു ഭാഗത്ത്. ധനവും ധാന്യവും കൈയടക്കി വയ്ക്കുന്ന സമ്പന്നവർഗം വേറൊരു ഭാഗത്ത്. ഇങ്ങനെയാണ് മനുഷ്യരുടെ പോക്കെങ്കിൽ പോറ്റുമൃഗമെന്നോ കാട്ടുമൃഗമെന്നോ വ്യത്യാസമില്ലാതെ എല്ലാ മൃഗങ്ങളും മനുഷ്യർക്കെതിരെ സംഘടിക്കും. കാട് നശിപ്പിച്ചാൽ കാട്ടാനകളെന്തു ചെയ്യും? നാട്ടിലിറങ്ങി ആഹാരത്തിനുള്ള വക കണ്ടെത്തും. മനുഷ്യരപ്പോൾ തോക്കും പീരങ്കിയുമായി ആനകളെ നേരിടും. ബാലു അപ്പോൾ ആനയുടെ കൂടെ നിൽക്കുമോ അല്ല മനു

ഷ്യന്റെ കൂടെ നിൽക്കുമോ? അതാണ് ചോദ്യം."

"ഇതൊന്നും എന്നെ ബാധിക്കുന്ന കാര്യമല്ല."

ബാളു പറഞ്ഞു:

"യജമാനന്റെ അടുപ്പിൽ തീ പുകയുന്നിടത്തോളം കാലം എനിക്ക് പേടിക്കാനില്ല. വേദാന്തം പറയാതെ നീ നിന്റെ വയറ് നിറയ്ക്കാൻ നോക്ക്."

"ഇതാണ് നിന്റെ ദോഷം."

അമ്മിണി തലയുയർത്തി ബാളുവിനെ രൂക്ഷമായൊന്നു നോക്കി.

"യജമാനനു വേണ്ടി കുരയ്ക്കാനല്ലാതെ നിന്നെ ഒരു വസ്തൂന് കൊള്ളില്ല. വീരശൂര പരാക്രമിതന്നെ. സമ്മതിച്ചു. പക്ഷേ അതുകൊണ്ട് ഈ സമൂഹത്തിനെന്താണ് പ്രയോജനം?"

ബാളു തല കുനിച്ചു നിന്നുപോയി. അമ്മിണി കൂടുതലൊന്നും പറയാൻ നിൽക്കാതെ മേയാൻ തുടങ്ങി.

അപ്പുവും ഹരിയും ചിണ്ടനും മുത്തുവും കിട്ടനും നന്ദുവിനു ചുറ്റും കൂടി നിൽക്കുകയാണ്. അവരുടെ മുഖത്ത് നിറഞ്ഞ സന്തോഷം കണ്ടപ്പോൾ നന്ദുവിന് ആശ്വാസവും അത്ഭുതവും തോന്നി. ഇന്നലത്തെ സംഭവങ്ങളെല്ലാം കൂട്ടുകാർ മറന്നിരിക്കുന്നു. അതല്ല മത്സ്യകന്യക വരം നൽകിയതുൾപ്പെടെ ഇന്നലത്തെ സംഭവങ്ങളെല്ലാം വെറും സ്വപ്നമായിരിക്കുമോ? ഏയ് അങ്ങനെവരില്ല. ബാളു ഇവർക്ക് നേരെ കുരച്ചു ചാടിയതല്ലേ? ബാളുവിനെ അഴിച്ചു വിടുമെന്നു പറഞ്ഞപ്പോൾ ഇവർ ജീവനുംകൊണ്ട് ഓടിയതല്ലേ? അതെല്ലാം സ്വപ്നമാകുന്നതെങ്ങനെ?

കൂട്ടരേ, ഇന്നലെ സന്ധ്യയ്ക്കു നടന്ന സംഭവങ്ങളെല്ലാം സ്വപ്നമാണോ എന്ന് നന്ദു സംശയിക്കുന്നു. കാരണം അവന്റെ കൂട്ടുകാരുടെ മുഖത്ത് അവനോടുള്ള ഇഷ്ടക്കേടിന്റെ ഒരടയാളവുമില്ല. അവരുടെ സന്തോഷവും സൗഹൃദവും കാണുമ്പോൾ നമുക്കും തോന്നിപ്പോവുന്നു ഇന്നലെ നടന്നതെല്ലാം വെറും സ്വപ്നമായിരുന്നില്ലേ എന്ന്. അല്ലെങ്കിലും സ്വപ്നങ്ങളുടെ ചിറകു വിരുത്തിയാണല്ലോ മനുഷ്യൻ നാളെയിലേക്ക് പറന്നു പോകുന്നത്. അതുകൊണ്ട് അതേക്കുറിച്ച് കൂടുതലാലോചിച്ച് തല പുണ്ണാക്കേണ്ട. നന്ദു കൂട്ടുകാരോട് പറയുന്നതെന്താണെന്ന് കേൾക്കുക.

"അപ്പൂ, എന്റെ ശങ്കരമ്മാമൻ വന്നു രാവിലെ. ശങ്കരമാമ്മൻ പറഞ്ഞു.."

അത്രയും പറഞ്ഞു നിർത്തി നന്ദു കൂട്ടുകാരുടെ മുഖത്തു നോക്കി.

"എന്താ, ശങ്കരമ്മാമൻ പറഞ്ഞത് നന്ദൂ..."

അതറിയാൻ കൂട്ടുകാർക്ക് ആകാംക്ഷയായി.

ശങ്കരമ്മാമൻ പറഞ്ഞു. "അടുത്ത ആഴ്ച വരമ്പൊ ഞങ്ങളെ എല്ലാരേം നാട്ടിലേക്ക് കൊണ്ടുപോകുംന്ന്. എന്നെയും നന്ദിനി ച്ചേച്ചീനേം നാട്ടിലെ സ്കൂളില് ചേർത്ത് പഠിപ്പിക്കുംന്ന്. ആലു പുരത്ത് ഞങ്ങളിനി കൊറച്ച് ദിവസേണ്ടാവുള്ളൂ. ഞങ്ങള് പോവ്വാ അപ്പൂ. ഞങ്ങള് പോവാ ഹരീ... ചിണ്ടാ, മുത്തൂ, കിട്ടാ ഞങ്ങള് പോവാ നാട്ടിലേക്ക്."

നന്ദുവിന്റെ കൂട്ടുകാരുടെ മുഖം പെട്ടെന്നിരുണ്ടു. അവർ വരമ്പിൽ തളർന്നിരുന്നുപോയി. ആടാനും പാടാനും കഥ പറയാനുമറിയുന്ന പ്രിയ സുഹൃത്ത് തങ്ങളെ വിട്ടു പോകുന്നു എന്ന സത്യം അവർക്ക് വിശ്വസിക്കാനായില്ല.

"നന്ദൂ, നീ പോകണ്ടടാ."

കേട്ടപ്പല്ലൻ കിട്ടൻ നന്ദുവിനെ കെട്ടിപ്പിടിച്ചു. അവന്റെ കണ്ണുകൾ നിറഞ്ഞു.

"നീയില്ലാതെ ഇനി പൊഴേല് കുളിക്കാൻ ഞങ്ങളില്ല. നീയില്ലാതെ കുട്ടീം കോലും കളിക്കാൻ ഞങ്ങൾക്കാവില്ല...."

"ശരിയാണ് നന്ദൂ"

അപ്പു പറഞ്ഞു

"നീ പോയാല് ഞങ്ങള് തനിച്ചാവില്ലേടാ..."

അപ്പുവിന് സങ്കടം സഹിക്കാൻ കഴിഞ്ഞില്ല.

"നമുക്ക് ശങ്കരമ്മാമനെക്കണ്ട് പറഞ്ഞാലോ നന്ദൂനെ കൊണ്ട് പോകേണ്ടാന്ന്."

ഹരി ഒരു പോംവഴി നിർദേശിച്ചു. പക്ഷേ ആരും അവന്റെ അഭിപ്രായത്തോട് യോജിച്ചില്ല.

"നന്ദിനിയും മുത്തശ്ശിയും പോകുമ്പോൾ നന്ദു മാത്രം എങ്ങനെയാ ഇവിടെ തനിച്ച് താമിസ്ക്കാ?"

അതായിരുന്നു വിയോജിപ്പിന്റെ കാരണം.

"നാട്ടില് പോയാലും ഞാൻ ഇടയ്ക്കിടെ ഇങ്ങോട്ട് വരില്ലേടാ..."

നന്ദു പറഞ്ഞു.

കൂട്ടുകാർ നിശ്ശബ്ദരായി. ഇനി അവർക്ക് പറയാൻ വാക്കുകളൊന്നുമില്ല.

പൊള്ളുന്ന കണ്ണീരിനിടയിൽ വാക്കുകൾക്കു കടന്നുവരാൻ വഴികളില്ല.

പുഴയുടെ മന്ത്രോച്ചാരണങ്ങൾ നിലയ്ക്കുന്നില്ല. കാട്ടുകിളികളുടെ സങ്കടങ്ങൾക്ക് അറുതിയില്ല.

ആലുപുരത്തിന്റെ ഏകാന്തതയിൽ നന്ദുവും കൂട്ടുകാരും പുതിയൊരു വാക്കിന്റെ മുളപൊട്ടലിനു വേണ്ടി കാത്തിരുന്നു.

ഒൻപത്

കൂട്ടരേ, അതാ പറഞ്ഞുറപ്പിച്ച സമയത്തു തന്നെ ചോയിമൂപ്പരുടെ കാളവണ്ടി എത്തിക്കഴിഞ്ഞു. സുബ്രഹ്മണ്യത്തെ കാളച്ചന്തയിൽ നിന്ന് കഴിഞ്ഞ വർഷം വാങ്ങിച്ച രണ്ട് വെള്ളക്കാളകളാണ് വണ്ടി വലിക്കുന്നത്. കണ്ടില്ലേ, എന്തൊരു പൊരുത്തമാണ് കാളകൾക്ക്! ഒരേ ഉയരം ഒരേ തലയെടുപ്പ്. രണ്ടിന്റെ നെറ്റിയിലും ഒരേ വലിപ്പത്തിലുള്ള കറുത്ത പൊട്ട്.

വാഴുന്നോരുടെ വണ്ടിക്കാരനായിരുന്നു ചോയി മൂപ്പര്. ചോരത്തിളപ്പുള്ള കാലമായിരുന്നു അത്. ഏത് പാതിരാവിലും ഏത് സംഘർഷഭൂമിയിലും വാഴുന്നോർ പറഞ്ഞാൽ ചോയിമൂപ്പർ വണ്ടിയോടിക്കും. വാഴുന്നോരുടെ യാത്രാവണ്ടി ഓടിക്കുന്ന ആൾ എന്ന നിലയിൽ ചോയിമൂപ്പർക്ക് സമൂഹത്തിൽ വലിയ സ്ഥാനമാണ് ഉണ്ടായിരുന്നത്. അന്ന് വണ്ടിക്ക് മേൽപ്പുരയും അലങ്കാരങ്ങളുമുണ്ടായിരുന്നു. നാടെങ്ങും വാഴുന്നോരുടെ വണ്ടിയുടെ മണിക്കിലുക്കത്തിന്റെ അലയടികളുയർന്നു.

എല്ലാം പോയി.

മണ്ണ് പണിയെടുക്കുന്നവരുടേതായി.

പണിയെടുക്കാത്തവർ വിണ്ണ് നോക്കിയിരിപ്പായി.

വാഴുന്നോർ തീപ്പെട്ടു.

മക്കൾ നഗരങ്ങളിൽ കുടിയേറി.

അവിടെ എടുക്കാത്ത നാണയമായിരുന്നു ചോയിമൂപ്പർ. അതുകൊണ്ട് അയാൾ എങ്ങുംപോയില്ല. വാഴുന്നോർ കനിഞ്ഞു നൽകിയ മണ്ണിൽ കെട്ടിയ കുടിലിലിരുന്ന് മാറ്റത്തിന്റെ പാഠങ്ങൾ പഠിച്ചു. വണ്ടിയുടെ മേൽപ്പുര അഴിച്ചെടുത്ത് കുടിലിനുള്ളിൽ കെട്ടിത്തൂക്കി. അയാൾക്കത് നശിപ്പിക്കാൻ കഴിയുമായിരുന്നില്ല. കാരണം ഓർമകളുടെ കൂടാരമാണത്. ഒരുകാലത്തിന്റെ ഓർമകളത്രയും അതിനകത്ത് കൂടുവച്ചിരിക്കുന്നു. കുടിൽ ഒന്നാന്തരം കോൺക്രീറ്റ് വീടായി ഉയർന്നിട്ടും മേൽപ്പുര തൂക്കിയിടാൻ ചോയി മൂപ്പർ അതിനകത്ത് പ്രത്യേകം ഇടം കണ്ടെത്തി. ഓലച്ചെറ്റകൾക്കു പകരം ഒന്നാന്തരം പ്ലാവിന്റെ വാതിലും ജനലും വന്നിട്ടും ചോയി മൂപ്പർ ആ മേൽപ്പുരയെ ഉപേക്ഷിക്കാൻ കൂട്ടാക്കിയില്ല. കെട്ടിത്തൂക്കിയ മേൽപ്പുരയ്ക്ക് കീഴെയിട്ടിരിക്കുന്ന കരിവീട്ടികൊണ്ടുണ്ടാക്കിയ കട്ടിലിലാണ് ചോയി മൂപ്പരുടെ കിടത്തം.

“പ്ലാവിൽ തടികൊണ്ടുണ്ടാക്കിയ ഒന്നാന്തരം പറമ്പലയുണ്ടല്ലൊ അച്ഛാ അച്ഛന്റെ മുറിക്ക്? കോൺക്രീറ്റിന്റെ ചൂടുതട്ടാതിരിക്കാൻ പ്രത്യേകം ഉണ്ടാക്കിയതല്ലെ അത്? പിന്നെന്തിനാ ഈ ചൂരൽ കൂട് തലയ്ക്കു മുകളിൽ കെട്ടിത്തൂക്കിയിരിക്കുന്നത്?”

ദുബായിൽ ജോലി ചെയ്യുന്ന തടിമിടുക്കുള്ള മൂത്തമകൻ കുഞ്ഞിരാമൻ ചോദിച്ചു.

"അച്ഛന് വേണമെങ്കിൽ വെള്ളി കൊണ്ട് നല്ല ഒന്നാന്തരം മേലാപ്പ് ഞങ്ങൾ ഉണ്ടാക്കിത്തരില്ലേ അച്ഛാ."

ഷാർജയിൽ ജോലി ചെയ്യുന്ന രണ്ടാമത്തെ മകൻ കുഞ്ഞമ്പു പറഞ്ഞു.

"മാസാമാസം അച്ഛന് ഞങ്ങൾ പണം അയച്ചു തരുന്നുണ്ടല്ലോ. പിന്നെന്തിനാ അച്ഛാ ഈ വയസുകാലത്ത് വണ്ടീം കൊണ്ട് നാട് ചുറ്റുന്നത്?"

മക്കളുടെ ഭാര്യമാർ ചോദിച്ചു.

"നിങ്ങളയച്ച പണം നിങ്ങളയച്ച ബാങ്കിലന്നെണ്ട്. ഒരു ചില്ലിക്കാശ് ഇന്നുവരെ ഞാനെടുത്തിറ്റില്ല. എന്റെ വിയർപ്പോണ്ട് എനിക്ക് ജീവിക്കണം. വിയർപ്പ് നിന്നു പോയാ ഞാൻ മരിച്ചു പോയീന്ന് കൂട്ടിക്കോണം. വെറുമൊരു ചോയിയായ എന്നെ ചോയി മൂപ്പരാക്കിയത് ദുബായ് പണമല്ല. ഈ വണ്ടിപ്പുരയാണ്. ഒരു കാലത്ത് ഇതിന്റെ തണലിൽ ഇരുന്നത് തമ്പുരാക്കന്മാരും തമ്പുരാട്ട്യോളുമായിരുന്നു. ഇന്ന് ചോയിമൂപ്പരിരിക്കുന്നു. അതിനും വേണം മക്കളെ ഒരു ഭാഗ്യം!"

പിന്നെ മക്കളാരും അതേക്കുറിച്ച് ഒരക്ഷരം ഉരിയാടിയിട്ടില്ല.

വണ്ടിപ്പുര അഴിച്ചുമാറ്റിയ ചോയിമൂപ്പരുടെ വണ്ടിയിൽ ആലുപുരത്തെ കാർഷികോൽപ്പന്നങ്ങൾ രാജപുരം ചന്തയിലെത്തി. പാടങ്ങളിൽ നിന്ന് കറ്റകൾ നിറച്ച് ചോയിമൂപ്പരുടെ വണ്ടി വീട്ടുമുറ്റങ്ങളിലെത്തി. വെങ്കട്രമണ ടാക്കീസിലെ സിനിമാപരസ്യവുമായി ചോയിമൂപ്പരുടെ വണ്ടി നാടുചുറ്റി. എം ആർ രാധയും എം എൻ നമ്പ്യാരും മുത്തയ്യയും നാഗേഷും മറ്റും ചോയിമൂപ്പരുടെ നാവിൻ തുമ്പിൽ തത്തിക്കളിക്കുന്ന പേരുകളായി.

കാളവണ്ടികൾ കാലഹരണപ്പെട്ടിട്ടും ചോയിമൂപ്പരുടെ വണ്ടിയുടെ കുടമണിക്കിലുക്കം നാടിന്റെ ഓർമകളെ ചിറകെട്ടി നിർത്തി.

ശങ്കരമ്മാമൻ വാഴക്കുലകളെല്ലാം വെട്ടിക്കഴിഞ്ഞിട്ടില്ല.

അപ്പുവും ഹരിയും ചിണ്ടനും മുത്തുവും കിട്ടനും വളരെ

നേരത്തെ തന്നെ എത്തിയിരുന്നു. നന്ദു ശങ്കരമ്മാമന്റെ കൂടെയാണ് വന്നത്. വഴി മണപ്പിച്ചും കുറ്റിക്കാടുകളിൽ മൂത്രമൊഴിച്ചും ബാളു ഒപ്പമുണ്ടായിരുന്നു. കുസൃതിപ്പിള്ളേരുടെ മണം പിടിച്ചെടുത്ത ബാളു ഒന്നു തലയുയർത്തി നിന്നു. അതാ നിലം മാന്തിക്കൊണ്ട് അവൻ മുരളുകയാണ്. എന്താണവൻ ചെയ്യുന്നതെന്ന് കൂട്ടരെ നമുക്ക് നോക്കിയിരിക്കാം. രാജപുരം ചന്തവരെ കൂടെപ്പോകാം.

ബാളു സംശയിച്ചു നിന്നു. കുസൃതിപ്പിള്ളേരെ ഒന്ന് ഞെട്ടിച്ചാലോ? നന്ദുവിന്റെ പ്രോത്സാഹനം കിട്ടില്ലെന്നു തോന്നിയപ്പോൾ അവൻ അടങ്ങി. അടങ്ങാൻ അതു മാത്രമായിരുന്നില്ല കാരണം. ചോയിമൂപ്പര് കാളകളെ അഴിച്ചു കൊണ്ടുപോയി മേയ്ക്കുന്ന തക്കം നോക്കി കയറിയിരിപ്പാണ് എല്ലാ തെറിച്ച പിള്ളേരും വണ്ടിക്കകത്ത്. ഒരുത്തൻ ചാട്ടവാർ കൈയിലെടുത്തു വായുവിൽ ചുഴറ്റുന്നുണ്ട്. കേട്ടപ്പല്ലൻ കിട്ടൻ ചോയി മൂപ്പരായി അഭിനയിക്കുന്നു. ചിണ്ടൻ നീട്ടിവലിച്ച് ഒരു കാളപ്പാട്ട് പാടുകയാണ്. ചോയി മൂപ്പർ അതുനോക്കി ചിരിക്കുന്നു. ഒരു പല്ലുപോലും വായിലില്ല. എങ്കിലും ആ ചിരി കാണാൻ നല്ല ചേലുണ്ട്. പിള്ളാരുടെ തോന്ന്യവാസം കണ്ട് വണ്ടിക്കാരൻ ഉള്ളു തുറന്നു ചിരിക്കുമ്പോൾ താനെന്തിന് മുഖം കറുപ്പിച്ച് നിൽക്കണം? മണ്ണുമാന്തി കാലിലെ നഖം കളയണം? കുരച്ചു കുരച്ചു തൊണ്ടയിലെ വെള്ളം വറ്റിക്കണം? നാടോടുമ്പോൾ നടുക്കെ ഓടുക. അത്രതന്നെ. ബാളു എല്ലാം മറന്ന് തന്റെ പതിവു ജോലി തുടർന്നു; മണപ്പിക്കലും മൂത്രമൊഴിക്കലും.

"കുലകളെല്ലാം വെട്ടിയെടുത്തു കഴിഞ്ഞു."

ശങ്കരമ്മാമൻ കുട്ടികളെ വിളിച്ചു.

"എല്ലാരും ഓടിവാ മക്കളേ.. കുലകളോരോന്നായെടുത്ത് വണ്ടിയിൽ കൊണ്ട് വയ്ക്ക്."

കുട്ടിപ്പട ഓടിയടുത്തു.

നേന്ത്രവാഴക്കുലകൾ തലയിലേറ്റി അവർ വണ്ടിയുടെ നേർക്കു നടന്നു.

ചോയിമൂപ്പർ കുലകൾ വണ്ടിയിൽ അടുക്കിവച്ചു.

കുട്ടിപ്പടയ്ക്കും ശങ്കരമ്മാമനും ഇരിക്കാനുള്ള ഇടം അതിൽ ഒഴിഞ്ഞു കിടപ്പുണ്ടായിരുന്നു.

ചോയി മൂപ്പർ സമ്മതം മൂളേണ്ട താമസം കുട്ടിപ്പട വണ്ടിയിൽ കയറിയിരുന്നു. അവർക്കിടയിൽ ഒരു മുതിർന്ന കുട്ടിയെപ്പോലെ ശങ്കരമ്മാമനും.

ബാളു താഴെ നിന്നു. എന്തു വേണമെന്നറിയാതെ അവനൊന്നു ഞരങ്ങി. വണ്ടി പുറപ്പെട്ടപ്പോൾ ഞരക്കം ഒന്നുകൂടി ഉച്ചത്തിലായി. ബാളുവിനോട് വണ്ടിയുടെ പിന്നാലെ നടന്നുവരാൻ നന്ദു ആവശ്യപ്പെട്ടു. അത്രയെങ്കിലും ആശ്വാസം! ബാളു ഞരക്കം നിർത്തി വണ്ടിയുടെ പിന്നാലെ നടന്നു.

കഴിഞ്ഞ തവണ ചന്തയിൽ പോയപ്പോൾ ഒരു കാറിന്റെ മുൻസീറ്റിൽ ഇരുന്നിരുന്ന സ്വർണനിറമുള്ളൊരു പെൺകുട്ടിയുടെ മടിയിൽ നല്ല വെളുത്ത രോമങ്ങളും നീലക്കണ്ണുകളുമുള്ള ഒരു നായയെ കണ്ടത് ബാളു ഓർത്തു. നായ തന്നെയാണോ എന്ന് ആദ്യം സംശയിച്ചു. ഉറപ്പുവരുത്താൻ ഉറക്കെയൊന്നു കുരച്ചു. മറുപടി കിട്ടി. നായ തന്നെ. കേറിയിരിക്കാൻ കണ്ട ഒരു സ്ഥലം! മനുഷ്യന് കാവലിരിക്കാനാ നായ. നായയ്ക്ക് കാവലിരിക്കാനല്ല മനുഷ്യൻ. എല്ലാ ജന്തുജാലങ്ങൾക്കും അതാതിന്റെ കടമകളും അവകാശങ്ങളുമുണ്ട്. അത് മറന്നു പോയാൽ എല്ലാം തകിടം മറിയും. ആവാസവ്യവസ്ഥ തന്നെ തകരും.

കടമയെക്കുറിച്ചോർത്തപ്പോൾ ബാളു വണ്ടിയുടെ മുമ്പിൽ നടന്നു. വഴിയിൽ കാണുന്ന അപരിചിതരുടെ ഗന്ധം ശേഖരിച്ചും നായ്ക്കളുടെ നേർക്ക് മുരണ്ടും വണ്ടി കൂടെയെത്താൻ കാത്തിരുന്നും അവൻ യാത്ര തുടർന്നു.

ചന്തയിൽ നല്ല തിരക്കുണ്ടായിരുന്നു.

പടിഞ്ഞാറുനിന്ന് മൺകലങ്ങളുമായെത്തിയ പെണ്ണുങ്ങൾ ഒരു കൂറ്റൻ മാവിനടിയിലാണ് കലങ്ങൾ നിരത്തി വച്ചിരിക്കുന്നത്. ഓല കൊണ്ടുള്ള പന്തലിനടിയിലാണ് വള വിൽപ്പനക്കാർ. സോപ്പ്, ചീപ്പ്, കണ്ണാടിയും കൺമഷിയും പൗഡറും ചാന്തുമായെത്തിയവർ ഇത്തവണ കൂടുതലാണ്. പ്രഗത്ഭരായ കൈരേഖാശാസ്ത്രജ്ഞർ ഗുഹപോലുള്ള തുണി കൂടാരങ്ങൾക്കുള്ളിലാ

ണിരിപ്പ്. തികച്ചും രഹസ്യമായ ഇടപാടാണ് അതിനകത്ത് നടക്കുന്നത്. കൂടാരത്തിനു പുറത്ത് ശാസ്ത്രജ്ഞരുടെ പേരും കൈപ്പത്തിയുടെ ചിത്രവും വലുതായിട്ടുണ്ട്. പ്രൊഫസർ രാമലിംഗം, പ്രൊഫസർ കൃഷ്ണമൂർത്തി എന്നിങ്ങനെ വലിയ വലിയ പേരുകൾ. പ്രൊഫസറുടെ സന്നിധിയിലേക്ക് നൂണ്ടു പോകുന്ന ഇരകളുടെ മുഖത്ത് സമ്മിശ്ര വികാരങ്ങൾ. തത്തയെക്കൊണ്ട് കാർഡെടുപ്പിച്ച് ഫലം പ്രവചിക്കുന്നവർ വേറെയുണ്ട്. ആനമയിലൊട്ടകം കളിക്കാരുടെ ഒച്ച കാതു പിളർക്കുംവിധം ഉച്ചത്തിലുയരുന്നുണ്ട്. ഗ്ലാസുകളിൽ പല നിറങ്ങളിലുള്ള സർബത്ത് ഒഴിച്ച് സ്പൂൺ കൊണ്ടിളക്കി ആളുകളെ ആകർഷിക്കുന്നവർ ആനമയിലൊട്ടകക്കാരുടെ ശബ്ദത്തോട് മത്സരിക്കുന്നുണ്ട്. ലഡു, ജിലേബി തുടങ്ങിയ മധുര പലഹാരങ്ങൾ കലാപരമായി അടുക്കിവച്ച് ആളുകളെ കൊതിപ്പിക്കുന്ന കച്ചവടക്കാരുടെ ഒരു നീണ്ട നിര ഒരു ഭാഗത്തിരിപ്പുണ്ട്. പച്ചക്കറി വിൽപ്പനക്കാർ ഒരു ഭാഗത്ത്. മീൻകാരികളുടെ നിര മറുഭാഗത്ത്. കെട്ടിത്തൂക്കിയിട്ടതും അടുക്കി വച്ചതുമായ ഇറച്ചിക്കഷണങ്ങൾക്കു നടുവിൽ വെട്ടുകത്തിയുമായി നിൽക്കുന്ന ഇറച്ചിക്കച്ചവടക്കാർക്ക് നല്ല വിൽപ്പനയാണ്. ആകെ ബഹളത്തോട് ബഹളം.

ചന്തയോട് ചേർന്നു കിടക്കുന്ന ഒരു കടയുടെ മുമ്പിലാണ് ചോയി മൂപ്പർ വണ്ടി നിർത്തിയത്. വാഴക്കുലകൾ തൂക്കിയെടുക്കുകയും വിൽപ്പന നടത്തുകയും ചെയ്യുന്ന കടയായിരുന്നു അത്. 'വാഴക്കുല സംഭരണ കേന്ദ്രം' എന്നൊരു ബോർഡും കടയ്ക്കു മുമ്പിൽ തൂങ്ങിക്കിടക്കുന്നുണ്ട്.

വരാന്തയിൽ ഒരു മേശയും കസേരയും ഇട്ടിരിക്കുന്നു. കസേരയിലിരിക്കുന്ന കഷണ്ടിക്കാരൻ വാഴക്കുല ഇറക്കി വയ്ക്കാൻ പറഞ്ഞു. ശങ്കരമ്മാമനും കുസൃതിപ്പിള്ളേരും കൂടി വളരെ വേഗം ആ പണി ചെയ്തു തീർത്തു. കഷണ്ടിക്കാരൻ കുലകൾ ത്രാസിൻതട്ടിൽ വച്ച് വളരെ അനായാസമായി കുലകളുടെ തൂക്കം എത്രയെന്ന് കണ്ടെത്തി ഒരു കടലാസിൽ കുറിച്ചിട്ടു. അതിനുനേരെ ആകെ വില എത്രയെന്ന് എഴുതി ശങ്കരമ്മാമന് കടലാസ് തുണ്ട് കൈമാറി. എഴുതിയ തുകയ്ക്കുള്ള നോട്ടുകൾ

മേശവലിപ്പിൽ നിന്നെടുത്ത് മൂന്നുതവണ എണ്ണി ശരിയാണെന്ന് ഉറപ്പുവരുത്തി. ശങ്കരമ്മാമനു നൽകി. വട്ടക്കഴുത്തുള്ള മുറിക്കൈയൻ കുപ്പായത്തിന്റെ വലതു ഭാഗത്തെ കീശയിലുണ്ടായിരുന്ന പേഴ്സിൽ അദ്ദേഹം ആ നോട്ടുകൾ ഇറക്കിവച്ചു.

തിരക്കിനിടയിലും ബാളു കടയ്ക്കു പുറത്തുനിന്ന് ശങ്കരമ്മാമന്റെയും കുസൃതിപ്പിള്ളേരുടെയും നീക്കങ്ങൾ സസൂക്ഷ്മം നിരീക്ഷിക്കുന്നുണ്ടായിരുന്നു. ചോയിമൂപ്പർ ആളൊഴിഞ്ഞ ഒരു മൂലയിലേക്ക് വണ്ടി കൊണ്ടു പോയപ്പോൾ ബാളു കൂടെപ്പോകാൻ കൂട്ടാക്കിയില്ല. കടയ്ക്കകത്ത് പിള്ളേര് എന്തെല്ലാം പണിയൊപ്പിക്കുന്നുണ്ടെന്നു കാണണം.

ഒരു തുണിക്കടയിലേക്കാണ് പിന്നീടെല്ലാവരും കയറിപ്പോയത്. തന്നെ ആരും ശ്രദ്ധിക്കുന്നില്ലെന്ന് ബാളുവിന് മനസിലായി. അതിൽ അവന് ദുഃഖം തോന്നാതിരുന്നില്ല എങ്കിലും അവൻ തന്റെ കടമ നിർവഹിക്കാൻ തുണിക്കടയ്ക്കു പുറത്തുതന്നെ നിന്നു.

തുണിക്കടക്കാരന് ശങ്കരമ്മാമനെ നല്ല പരിചയമുണ്ടെന്ന് ബാളുവിന് മനസിലായി. അവർ തമ്മിൽ കുറച്ചു നേരം കൊച്ചു വർത്തമാനം പറഞ്ഞു നിന്നു. കുട്ടികളെ നാട്ടിൽ കൊണ്ടുപോയി പഠിപ്പിക്കാനാണ് വിചാരിക്കുന്നതെന്നും അവർക്ക് യൂണിഫോമിന് ആവശ്യമുള്ള തുണി വേണമെന്നും ശങ്കരമ്മാമൻ പറഞ്ഞു.

കടയ്ക്കകത്തു തന്നെയിരിക്കുന്ന തയ്യൽക്കാരൻ നന്ദുവിന്റെ അളവെടുത്തു ടോപ്പ് നെഞ്ചിൽ ചുറ്റി ശ്വാസമെടുക്കാൻ പറഞ്ഞപ്പോൾ നന്ദു പരമാവധി തന്റെ നെഞ്ച് വികസിപ്പിച്ചു.

“മിടുക്കൻ!” തയ്യൽക്കാരൻ പറഞ്ഞു.

പട്ടാളത്തിലേക്ക് ആളെ എടുക്കുകയാണെന്നു തോന്നും തയ്യൽക്കാരന്റെ നിൽപ്പും ഭാവവും കണ്ടാൽ.

പാന്റ്സിന്റെയും ഷർട്ടിന്റെയും അളവെടുപ്പ് പൂർത്തിയായപ്പോഴേക്കും നന്ദു വിയർത്തുപോയി.

നന്ദിനിയുടെ അളവിനു വേണ്ടി കൊണ്ടുവന്ന ഉടുപ്പ് ശങ്കരമ്മാമൻ തയ്യൽക്കാരനു കൊടുത്തു.

ഈരണ്ട് ജോഡി യൂണിഫോമാണ് ശങ്കരമ്മാമൻ ആവശ്യപ്പെട്ടത്. സ്കൂൾ തുറക്കുന്നതിന് ഒരാഴ്ച മുമ്പുതന്നെ എല്ലാം

തയ്ച്ചു തരാമെന്ന് തയ്യൽക്കാരൻ ഉറപ്പു നൽകുകയും ചെയ്തു. ആവശ്യമുള്ള തുണിയെടുത്ത് ശങ്കരമ്മാമൻ തയ്യൽക്കാരനു കൊടുത്തു.

ഇതിനിടയിൽ ഒരു കുറ്റിത്തലമുടിക്കാരൻ ബാലുവിന്റെ അരികിലൂടെ കടയ്ക്കുള്ളിലേക്ക് കയറിപ്പോയി. ഉയരം നന്നേ കുറഞ്ഞ മനുഷ്യൻ. ഉണ്ടക്കണ്ണുകൾ. കട്ടമീശ മേൽച്ചുണ്ടുകളെ പൊതിഞ്ഞു നിൽക്കുന്നു.

കുറ്റിത്തലമുടിക്കാരൻ അപകടകാരിയാണെന്ന് ഒറ്റ നോട്ടത്തിൽ തന്നെ ബാലുവിന് മനസിലായി. വളരെ പെട്ടെന്നുതന്നെ അവൻ അയാളുടെ മണം പിടിച്ചെടുത്തു. കടയ്ക്കുള്ളിലെ തിരക്കിൽ അങ്ങുമിങ്ങും വഴുതിക്കളിക്കുകയാണയാൾ.

നന്ദുവിന്റെയും നന്ദിനിയുടെയും പേരും അളവുമെഴുതിയ പുസ്തകത്താളിൽ പേരിനു നേരെ പുത്തൻ തുണിയുടെ ചെറു കഷണം വെട്ടിയെടുത്ത് തുന്നിച്ചേർത്തു കഴിഞ്ഞു തയ്യൽക്കാരൻ.

നന്ദു ഇട്ടിരുന്നത് ട്രൗസറായിരുന്നു. ശങ്കരമ്മാമൻ തനിക്ക് വാങ്ങിച്ചുതരാൻ പോകുന്നത് പാന്റ്സാണെന്ന് തയ്യൽക്കാരന്റെ അളവെടുപ്പിൽ നിന്ന് അവന് മനസിലായി. സന്തോഷം കൊണ്ട് അവന്റെ കണ്ണ് നിറഞ്ഞുപോയി.

കടയ്ക്കുള്ളിലെ ദൃശ്യങ്ങൾ ഒപ്പിയെടുക്കുകയായിരുന്ന ബാലുവിന്റെ കണ്ണിൽ അപ്പോൾ ആ സംഭവം തറച്ചുനിന്നു.

തയ്യൽക്കാരനോട് എല്ലാം പറഞ്ഞുറപ്പിച്ച് കടയുടമയുടെ അടുത്തേക്ക് നീങ്ങുകയായിരുന്ന ശങ്കരമ്മാമനെ മുട്ടിയിരുമ്മിക്കൊണ്ട് ആ കുറ്റിത്തലമുടിക്കാരൻ ധൃതിയിൽ പുറത്തേക്കുവന്നു. അയാളുടെ കൈ വളരെ സമർഥമായി ശങ്കരമ്മാമന്റെ മുറിക്കൈയൻ കുപ്പായത്തിന്റെ വലതുവശത്തെ കീശയിലേക്ക് താഴുകയും കീശയിലുണ്ടായിരുന്ന പേഴ്സ് പൊങ്ങിവരികയും ചെയ്തു. മിന്നൽ വേഗത്തിൽ അയാൾ അത് തന്റെ അരക്കെട്ടിൽ തിരുകിവച്ചു.

എന്തുവേണം?

ബാലുവിന്റെ തലച്ചോറിൽ ഒരു മിന്നൽ വെളിച്ചം.

ഉടൻ ഒരു തീരുമാനമെടുക്കേണ്ട കാര്യമാണ്.

കുറ്റിത്തലമുടിക്കാരൻ കള്ളനെ കടയിൽ നിന്നിറങ്ങാൻ അനുവദിക്കാതെ തടഞ്ഞു നിർത്താം. ഇറങ്ങുകയാണെങ്കിൽ അവനെ കടിച്ചു കീറാം. പക്ഷേ അവൻ ശങ്കരമ്മാമന്റെ പണം കട്ടെടുത്തു എന്ന് എങ്ങനെ ആളുകളെ പറഞ്ഞു വിശ്വസിപ്പിക്കും? വിശ്വസിപ്പിക്കാൻ കഴിഞ്ഞില്ലെങ്കിൽ ആളുകളുടെ പരാക്രമം തന്റെ നേർക്കായിരിക്കും. ഏറു വീഴും. മുടന്തൻ കാലിൽ തിരിച്ചു പോകേണ്ടി വരും. മാത്രമല്ല ഒരു കാരണവുമില്ലാതെ ചന്തയിൽ വരുന്ന ആളുകളെ കടിച്ചു കുടയുന്ന നായയെ അവർ വളരെ പെട്ടെന്ന് ഭ്രാന്തൻ നായയാണെന്ന് മുദ്ര കുത്തും. കൊന്ന് കുഴിച്ചു മൂടും. സത്യം മണ്ണിനടിയിൽ ദ്രവിച്ചു തീരും. ഒരു വഴി മാത്രം. നിശ്ശബ്ദനായി കള്ളനെ പിന്തുടരുക. പണം കീശയിലായ സ്ഥിതിക്ക് അവനിനി ചന്തയിൽ നിൽക്കില്ല. വേഗം സ്ഥലം വിടും. പിന്നാലെ പോവുക. പറ്റിയ സ്ഥലത്തെത്തിയാൽ ഭംഗിയായി കൈകാര്യം ചെയ്യുക. പേഴ്സുമായി തിരിച്ചു വരിക. മനുഷ്യരോട് കളിക്കുമ്പോൾ അൽപ്പം കരുതലോടെ കളിച്ചില്ലെങ്കിൽ അപകടമാണ്. നായ്ക്കളോടാണ് യുദ്ധമെങ്കിൽ പിടിച്ചു നിൽക്കാൻ കഴിയാതെ വരുമ്പോൾ ഒന്ന് വാല് താഴ്ത്തിയാൽ മതി. കീഴടങ്ങി എന്നാണ് അതിന്റെ അർഥം. എല്ലാ ശത്രുതയും അതോടെ തീരും. മനുഷ്യർക്കാണെങ്കിൽ നായ വാല് താഴ്ത്തുമ്പോഴാണ് ശൗര്യം വർധിക്കുക.

കള്ളൻ കടയിൽനിന്ന് 'ഞാനൊന്നുമറിഞ്ഞില്ലേ, രാമനാരായണാ..' എന്ന മട്ടിൽ ഇറങ്ങുകയാണ്. ബാലു അവന്റെ മണം പിടിച്ചെടുത്ത് പിന്നാലെ ഓടി.

കണക്കു കൂട്ടിയതു പോലെതന്നെ സംഭവിച്ചു.

ചന്തയിൽ നിന്ന് കള്ളൻ വളരെ വേഗം പുറത്തു കടന്നു. ഒരു നിശ്ചിത അകലം പാലിച്ച് ഒരു സംശയത്തിനും ഇട നൽകാതെ ബാലു കള്ളനെ പിന്തുടർന്നു. കണ്ണെത്താത്തിടത്തോളം പരന്നു കിടക്കുന്ന വയലിന്റെ മാറിലൂടെയാണ് സഞ്ചാരം. വളരെ മെലിഞ്ഞ വയൽ വരമ്പാണ്. വെള്ളരിപ്പൂക്കൾ കണ്ണു മിഴിച്ചു നിൽക്കുകയാണ് ഇരുഭാഗത്തും. വെള്ളരി വള്ളികൾ വെയിലേറ്റു വാടിയിട്ടുണ്ട്. വയലിന്റെ സൗന്ദര്യം ആസ്വദിച്ചു

കൊണ്ട് വരമ്പിൽ കുറച്ചുനേരം കിടക്കണമെന്ന് ബാളുവിന് തോന്നാതിരുന്നില്ല. പക്ഷേ കള്ളൻ കൺമുമ്പിൽ നിന്ന് തെന്നിയാൽ പിന്നെ കണ്ടുപിടിക്കുക ബുദ്ധിമുട്ടായിരിക്കും. സൗന്ദര്യാസ്വാദനം മനുഷ്യരുടെ മാത്രം കുത്തകയാണെന്നൊരു വാദം അവരുയർത്തുന്നുണ്ട്. ആകാശത്തിന്റെ നിറഭേദങ്ങൾ, പൂക്കളുടെ ഭംഗി, അവർക്കു മാത്രമേ ആസ്വദിക്കാൻ കഴിയുകയുള്ളൂവത്രെ. സംഗീതം ആസ്വദിക്കാനുള്ള കഴിവും അവർക്കുമാത്രം. കൃഷ്ണന്റെ വേണുനാദത്തിന് കാതോർക്കുന്ന പൈക്കിടാങ്ങളുടെ കഥയൊന്നും ഇവർ കേട്ടിട്ടില്ലെന്നു തോന്നുന്നു.

ബാളുവിന്റെ ചിന്തകൾ വഴിതെറ്റിപ്പോകുന്നതിനിടയിലാണ് അത് സംഭവിച്ചത്. കള്ളൻ വയലിനു മധ്യത്തിലുള്ള ജീർണിച്ചൊരു കുളത്തിന്റെ പടവുകളിറങ്ങി. ബാളു കുളത്തിനടുത്തേക്ക് കുതിച്ചു.

പത്ത്

ഇടിഞ്ഞ പടവുകളും വശങ്ങളിൽ ഗുഹ പോലുള്ള ദ്വാരങ്ങളുമുള്ള വളരെ പഴയ ഒരു കുളമായിരുന്നു അത്. പുറംമണ്ണു വീണ് അതിന്റെ ആഴം കുറഞ്ഞിട്ടുണ്ട്. വെള്ളം വറ്റിയിട്ടുണ്ട്. കൃഷിക്കാർ കുളം ഉപയോഗിക്കാതായിട്ട് വളരെ വർഷങ്ങളായെന്നു തോന്നുന്നു. ഒഴിഞ്ഞ കീടനാശിനിക്കുപ്പികളും കീറച്ചാക്കുകളുമാണ് അടിത്തട്ടിൽ.

കള്ളൻ കുളത്തിലിറങ്ങിയതോടെ ഗുഹകളിൽ പാർപ്പുറപ്പിച്ചിരുന്ന പ്രാവുകൾ ചുഴലിക്കാറ്റുപോലെ പടപട ശബ്ദത്തോടെ മുകളിലോട്ടുയർന്ന് വയലിനു മുകളിലൂടെ ചിതറിപ്പാറിപ്പറന്നു പോയി.

ബാളു കുളക്കരയിലെ ഒരു ചെമ്പകമരത്തിന്റെ മറവിൽ പതുങ്ങിനിന്നു. മരച്ചുവട്ടിൽ ധാരാളം ചെമ്പകപ്പൂക്കൾ വീണുകിടക്കുന്നുണ്ട്. പൂരോത്സവം കഴിഞ്ഞതോടെ കുഞ്ഞുങ്ങൾക്ക് ചെമ്പകപ്പൂക്കൾ വേണ്ടാതായി. എന്തൊരു ഗന്ധമാണ്! വെന്ത മണ്ണിൽ ആദ്യത്തെ മഴത്തുള്ളികൾ വീണപ്പോഴുള്ള മണവും ചെമ്പകപ്പൂക്കളുടെ മണവും കലർന്ന് ലഹരിപിടിപ്പിക്കുന്ന ഒരു പ്രത്യേകതരം ഗന്ധമാണിപ്പോൾ വയലിന്. ആസ്വദിച്ചു നിൽക്കാൻ സമയമില്ല. ബാളു കുളത്തിലേക്ക് നോക്കി.

കള്ളൻ സാവധാനം പടവുകൾ ഇറങ്ങുകയാണ്.

എന്തിനായിരിക്കും ഇയാൾ ഇപ്പോൾ കുളത്തിലിറങ്ങുന്നത്? രാത്രിയാവും വരെ ഇവിടെ ഒളിച്ചുനിൽക്കാനായിരിക്കുമോ? എങ്കിൽ ഇതിനകത്തു വച്ചുതന്നെ ഇവനെ നേരിടേണ്ടിവരും.

ബാളു സൂക്ഷിച്ചു നോക്കി.

എഴുന്നു നിൽക്കുന്ന കുറ്റിത്തലമുടിയും കറുത്തിരുണ്ട ഉടലുമുള്ള കള്ളന്റെ കണ്ണുകൾ കലങ്ങി തെച്ചിപ്പൂകുല പോലുണ്ട്. അയാൾ അരക്കെട്ടിൽ തിരുകി വച്ചിരുന്ന പേഴ്സ് എടുത്ത് കുളത്തിന്റെ വലതുഭാഗത്ത് പാറ ദ്രവിച്ചുണ്ടായ പോടിനുള്ളിൽ വച്ചു. ആരുടെയും കണ്ണിൽ പെടില്ലെന്നുറപ്പുവരുത്തി കള്ളൻ പടവുകൾ കയറി. വന്നതുപോലെ വയൽവരമ്പിലൂടെ ചന്തയിലേക്ക് തിരിച്ചുപോയി.

ബാളു കുളത്തിലിറങ്ങി. പടവുകളോരോന്നായി ഇറങ്ങി. ദ്രവിച്ച പാറയിടുക്കുകളിൽ മുൻകാലുകളിൽ കുത്തിയുയർന്ന് വളരെ പ്രയാസപ്പെട്ട് പോടിനുള്ളിലേക്ക് നോക്കി.

ശങ്കരമ്മാമന്റെ പേഴ്സ് മാത്രമല്ല പോടിനുള്ളിൽ ഉണ്ടായിരുന്നത്. പൊട്ടിച്ചെടുത്ത ഒരു സ്വർണമാല. കുറെ കറൻസി നോട്ടുകൾ. നൂറിന്റെയും അൻപതിന്റെയും പത്തിന്റെയുമൊക്കെ നോട്ടുകൾ. ചന്തയിൽ നിന്നു മോഷ്ടിച്ചതായിരിക്കണം ഇതൊക്കെ.

പെരുങ്കള്ളാ, കൊള്ളാം നിന്റെ കൗശലം. മോഷ്ടിക്കുന്നതെല്ലാം അപ്പപ്പോൾ ഇതിനകത്ത് കൊണ്ടു വച്ച് രാത്രിയാവുമ്പോൾ എടുത്തു കൊണ്ടു പോകും വീട്ടിലേക്ക്. ഇത്രയും വലിയ ബുദ്ധി നിന്റെ ഈ കൊച്ചു തലയിൽ എങ്ങനെയാണ് ഒതുക്കി വയ്ക്കുന്നത്!

ഏതായാലും പെരുങ്കള്ളാ, ഇത് നിന്റെ അവസാനത്തെ കളി. ശങ്കരമ്മാമനോട് കളിക്കുന്നവരാരും രക്ഷപ്പെടാൻ പോകുന്നില്ല. ഉറക്കിൽ എഴുന്നേറ്റു വരും നീ ശങ്കരമ്മാമന്റെ മുമ്പിലേക്ക്. നോയ്ക്കോ. ചുട്ട കോഴിയെ പറപ്പിക്കുന്ന പെരുമലയന്റെ കുടുംബക്കാരാണ്. മന്ത്രസിദ്ധി വേണ്ടുവോളമുണ്ട്. നീ കരുതിയിരുന്നോ!

വളരെ പ്രയാസപ്പെട്ട് ബാളു ശങ്കരമ്മാമന്റെ പേഴ്സ് കൈകൊണ്ട് തള്ളി താഴെയിട്ടു. മറ്റെല്ലാം അവിടെത്തന്നെയിരി

ക്കട്ടെ. മാല എടുത്താൽ നന്ദിനിക്കുട്ടിക്ക് കൊടുക്കാമായിരുന്നു. പാവം! വല്ലാതെ കഷ്ടപ്പെടുന്നുണ്ട്. അടുക്കളയിലെ പുക തിന്നാനാ ആ കുട്ടിയുടെ വിധി. കാതിൽ ഒരു കമ്മലുപോലുമില്ല. കാത് കുത്തിയതടഞ്ഞു പോവാതിരിക്കാൻ തുളസിക്കതിർ തിരുകി വയ്ക്കും. എങ്കിലും ശരിയല്ലല്ലോ അന്യന്റെ മുതൽ കട്ടെടുക്കുന്നത്. കൊന്നാൽപാപം തിന്നാൽ തീരും. കട്ടാൽപാപം കണ്ണടഞ്ഞാലും തീരില്ല. വേണ്ട നന്ദിനിക്കുട്ടീ നമുക്ക് അന്യന്റെ മുതൽ.

പടവിൽ വീണു കിടക്കുന്ന പേഴ്സ് കടിച്ചെടുത്ത് ബാളു ചന്ത ലക്ഷ്യമാക്കി നടന്നു.

തുണിയുടെ പണം കൊടുക്കാനായി കടയുടമയുടെ മുമ്പിൽ ചെന്നുനിന്ന് ശങ്കരമ്മാമൻ പേഴ്സെടുക്കാൻ കീശയിൽ കൈയിട്ടു. ദൈവമേ... എന്ന് അയാൾ അറിയാതെ നിലവിളിച്ചുപോയി.

എന്തേ, എന്തുപറ്റി ശങ്കരാ?

കടയുടമ ചോദിച്ചു.

കണ്ണിൽ ഇരുട്ടുകയറിയതുപോലെ ശങ്കരമ്മാമൻ നിന്നു പരുങ്ങിയതല്ലാതെ ഒന്നും പറഞ്ഞില്ല. കടയ്ക്കുള്ളിലാകമാനം അയാളുടെ കണ്ണുകൾ ഉഴറി നടന്നു. വാഴക്കുല വിറ്റ കടയിലും വഴിയിലുമൊക്കെ നെഞ്ചിടിപ്പോടെ അയാൾ ഭ്രാന്തു പിടിച്ചതുപോലെ പരക്കം പാഞ്ഞു.

ചോയിമൂപ്പരും നന്ദുവും കുട്ടികളും അറിഞ്ഞു,. ശങ്കരമ്മാമന്റെ പേഴ്സ് നഷ്ടപ്പെട്ടു പോയെന്ന് എല്ലാവരും ചേർന്ന് ചന്തയാകെ അരിച്ചു പെറുക്കി. രക്ഷയില്ല. പോയതു തന്നെ!

ശങ്കരമ്മാമൻ കടയുടമയുടെ മുമ്പിൽ ഒരു കുറ്റവാളിയെപ്പോലെ തലകുനിച്ചു നിന്നു.

കുട്ടികൾ നിരാശരായി.

നന്ദു കരച്ചിലിന്റെ വക്കിലെത്തി.

ശങ്കരമ്മാമൻ എന്തു ചെയ്യണമെന്നറിയാതെ വിയർത്തു നിന്നു.

തുണി വാങ്ങിപ്പോയി ഇനിയത് തിരിച്ചേൽപ്പിക്കാൻ കഴിയില്ല. അരിയോ പഞ്ചസാരയോ ആണെങ്കിൽ തിരിച്ചു കൊടുക്കാ

മായിരുന്നു. അതുപോലെയല്ലല്ലോ മുറിച്ചെടുത്ത തുണിത്തരങ്ങൾ.

പുത്തനുടുപ്പിട്ട് സ്കൂളിൽ പോകുന്നത് സ്വപ്നം കണ്ടിരിക്കുകയായിരുന്നു നന്ദു ഇത്രയും നേരം. നല്ല മണമുള്ള കുപ്പായം. കൂട്ടുകാർ ചോദിക്കും. എവിടന്നാ നന്ദു ഇത് വാങ്ങിച്ചതെന്ന്. ചോയി മൂപ്പരുടെ കാളവണ്ടിയിൽ രാജപുരം ചന്തയിൽ പോയി വാങ്ങിച്ചതാണെന്നു പറയുമ്പോൾ കൂട്ടുകാർക്ക് തന്നോട് അസൂയ തോന്നും. എന്തെല്ലാം സ്വപ്നങ്ങൾ! എല്ലാം വെറുതെയായി. സ്വപ്നങ്ങളുടെ നിറം ഒരുനിമിഷം കൊണ്ട് മങ്ങിപ്പോയി.

"വാഴക്കുല വിറ്റ പണം പേഴ്സിലാക്കി ദാ ഈ കീശയിലിട്ടാണ് ഞാൻ ഇങ്ങോട്ട് കയറിയത്. ഇപ്പൊ നോക്കുമ്പം പേഴ്സും ഇല്ല, പണവും ഇല്ല."

ശങ്കരമ്മാമൻ കടയുടമയോട് പറഞ്ഞു.

"അതാണോ കാര്യം! നീ വിഷമിക്കേണ്ട ശങ്കരാ. തുണിയുടെ പൈസ ഇനി എപ്പോഴെങ്കിലും ഇങ്ങോട്ട് വരുമ്പോ തന്നാ മതി."

കടയുടമ ശങ്കരമ്മാമനെ ആശ്വസിപ്പിച്ചു.

"എന്നാലും അങ്ങനെയല്ലല്ലോ."

"രാജപുരം ചന്തയിൽ പോക്കറ്റടിയും പിടിച്ചുപറിയും ഇത് ആദ്യത്തെ സംഭവമല്ല ശങ്കരാ. കണ്ണു തെറ്റിയാ കിഡ്നി വരെ അടിച്ചു മാറ്റാൻ കഴിവുള്ള കള്ളന്മാരുണ്ട് ഈ ചന്തേല്. ദാ ഇന്ന് രാവിലെ ഈ തെരക്കിനെടേല് ഒരു പെണ്ണുങ്ങളുടെ മാല പൊട്ടിച്ചുകൊണ്ടുപോയി. അണ്ടർവെയറിന്റെ പോക്കറ്റിലെ പേഴ്സ്, അങ്ങ്ദൂരേന്ന് വന്ന ഒരാളുടെ ബ്ലേഡ് വച്ച് മുറിച്ചല്ലെ കൊണ്ടുപോയത്! പാവത്തിന്റെ സങ്കടം കണ്ട് തിരിച്ചു പോകാനുള്ള ബസുകൂലി ഞാനാ കൊടുത്തത്. പിന്നല്ലെ, കള്ളനെ കൊതിപ്പിക്കും വിധം കീശയിൽ നിന്നു പുറത്തേക്ക് തലനീട്ടി നിൽക്കുന്ന നിന്റെ പേഴ്സ്! വഴിച്ചെലവിന് വല്ലതും വേണമെങ്കില് ഞാൻ തരാം."

"വേണ്ട." ശങ്കരമ്മാമൻ പറഞ്ഞു. "അടുത്ത ആഴ്ച നമുക്ക് കാണാം."

ശങ്കരമ്മാമൻ പുറത്തു കടന്നു.

എല്ലാവരും വണ്ടിയിൽ കയറി.

"ബാളൂനെ കാണുന്നില്ലല്ലോ ശങ്കരമ്മാമാ." നന്ദു പറഞ്ഞു.

"ഓൻ വന്നോളും. നമുക്ക് പോകാം."

"കുട്ട്യോളെ വല്യ വെഷമംണ്ട്." ശങ്കരമ്മാമൻ പറഞ്ഞു. "ഒരു ഗ്ലാസ് വെള്ളം പോലും ഞാൻ നിങ്ങക്ക് വാങ്ങിച്ച് തന്നില്ലല്ലോ. എന്താ ചെയ്യാ! ഒരു പൈസപോലും ബാക്കി വെക്കാതെ കൊണ്ടുപോയില്ലേ ആ കാലമാടൻ! ചോയിമൂപ്പരെ വെറും കൈയോടെ പറഞ്ഞയക്കണല്ലോന്ന് ഓർക്കുമ്പോ....."

വണ്ടി തെളിക്കുന്നതിനിടയിൽ ചോയിമൂപ്പർ തലയിൽവച്ചിരുന്ന തൊപ്പിപ്പാളയെടുത്ത് ശങ്കരമ്മാമന്റെ കൈയിൽ കൊടുത്തു.

"ഇതെന്തിനാ എനിക്ക്?"

ശങ്കരമ്മാമൻ ചോദിച്ചു.

"എന്റെ തൊപ്പിപ്പാളയുടെ മടക്കുകളിൽ എന്താണുള്ളതെന്ന് ഒന്ന് നോയ്ക്കോ."

ചോയി മൂപ്പർ പറഞ്ഞു.

ശങ്കരമ്മാമൻ തൊപ്പിപ്പാളയ്ക്കുള്ളിലെ മടക്കുകൾ ഓരോന്നോരോന്നായി തുറന്നു നോക്കി. ഒന്നും രണ്ടുമല്ല, പത്തോളം മടക്കുകൾ. അതിനുള്ളിൽ നിറയെ ആയിരത്തിന്റേയും അഞ്ഞൂറിന്റേയും നൂറിന്റേയും നോട്ടുകൾ!

അന്തംവിട്ടുപോയി ശങ്കരമ്മാമൻ.

"രാജപുരം ചന്ത ഒന്നിച്ച് വിലയ്ക്കെടുക്കാനുള്ള പണമുണ്ടല്ലോ ചോയിമൂപ്പരേ ഇതില്!"

"നിനക്കിപ്പോ ആവശ്യമുള്ളതെത്രയാന്ന് വച്ചാ അതീന്നെടുത്തോ ശങ്കരാ."

"അതാണ് കാര്യം!" ശങ്കരമ്മാമൻ പാള ചോയിമൂപ്പർക്ക് തിരിച്ചുകൊടുത്തുകൊണ്ട് പറഞ്ഞു: "ഈ സ്നേഹത്തിനു നന്ദി. തൽക്കാലം പണത്തിന്റെ ആവശ്യമില്ല ചോയിമൂപ്പരേ. അടുത്ത ആഴ്ച ഞാൻ വരും. ചോയി മൂപ്പരെ കാണും. ഞാൻ വിയർപ്പൊഴുക്കിയുണ്ടാക്കിയ പണം ആര് കട്ടുകൊണ്ടുപോയാലും അതെന്റെ അടുത്തേക്കുതന്നെ തിരിച്ചുവരും. ഉറപ്പുണ്ടെനിക്ക്. അടുത്തവരവില് ഇതുപോലെ നമുക്ക് ഈ കുട്ടി സംഘത്തെയും

കൊണ്ട് ചന്തയില് വരണം. ചിക്കു ഷെയ്ക്ക് വാങ്ങിക്കൊടുക്കണം എല്ലാവർക്കും."

ചിക്കു ഷെയ്ക്ക് എന്താണെന്ന് നന്ദുവിന് മനസിലായില്ല. അവൻ കൂട്ടുകാരുടെ മുഖത്തേക്ക് നോക്കി. അവർക്കും അത് എന്താണെന്ന് മനസിലായിട്ടില്ല.

"നന്ദിനിച്ചേച്ചിയേയും കൊണ്ടുവരണം ശങ്കരമ്മാമാ..."

"തീർച്ചയായും കൊണ്ടുവരാം."

ശങ്കരമ്മാമൻ നന്ദുവിന്റെ അഭിപ്രായത്തോട് യോജിച്ചു.

ചിക്കു ഷെയ്ക്ക് എന്താണെന്ന് ചേച്ചിയും അറിയട്ടെ. നന്ദുവിന് സന്തോഷമായി.

ചോയിമൂപ്പരുടെ വായ്ത്താരിയും കുടമണിക്കിലുക്കവും ഉയർന്നു. വണ്ടി ചാഞ്ഞും ചെരിഞ്ഞും മുന്നോട്ട്.

കൂട്ടരെ, വണ്ടി പോകട്ടെ. നമുക്ക് ഈ കൂറ്റൻ മാവിന്റെ തണലിൽ നിൽക്കാം. ബാലു ഇതുവഴി വരും. ശങ്കരമ്മാമന്റെ നഷ്ടപ്പെട്ടുപോയ പേഴ്സ് വീണ്ടെടുത്ത് ഒരു വീരയോദ്ധാവിനെപ്പോലെ അവൻ വരും. പേഴ്സ് കൈക്കലാക്കാൻ ചില മനുഷ്യമൃഗങ്ങൾ അവനെ ആക്രമിച്ചു കൂടെന്നില്ല. കല്ലെടുത്തെറിയാം. വടികൊണ്ടടിക്കാം. വാല് കോട്ടി കീഴടങ്ങിയെന്നറിയിച്ചാൽ അവരുടെ ശൗര്യം വർധിക്കും. ചെറുത്തു നിന്നാൽ ഭ്രാന്തൻ നായയാണെന്ന് മുദ്രകുത്തി ആളുകളെ കൂട്ടി കല്ലെറിഞ്ഞു കൊല്ലും. അതുകൊണ്ട് നമുക്ക് കരുതിയിരിക്കാം. അവൻ ബുദ്ധിയുള്ളവനാണ്. നന്ദുവിനെത്തേടി ചന്തയിലൂടെ വന്നാലുള്ള അപകടം അവൻ മുൻകൂട്ടിക്കാണും. അതുകൊണ്ട് ആളൊഴിഞ്ഞ വഴിയിലെവിടെയെങ്കിലുമായിരിക്കും അവന്റെ കാത്തിരിപ്പ്.

ഈ മാവിന്റെ തണലിൽ വിശ്രമിക്കാൻ ആരും കൊതിച്ചുപോകും. നല്ല ഒന്നാന്തരം ഗോമാവ്. ഗോവയിൽ നിന്നു വന്നതുകൊണ്ടാണത്രെ ഗോമാവ് എന്ന പേരുണ്ടായത്. വയസായിട്ടും നിറയെയുണ്ട് മാങ്ങ. ഒരു ചെറുകാറ്റടിച്ചാൽ മതി. മാങ്ങകൾ ഉതിർന്നു വീഴും. നല്ല ഒന്നാന്തരം പഴുത്ത മാങ്ങകൾ. ഇഷ്ടംപോലെ തിന്നോളൂ. നാട്ടിലിതിന് കിലോയ്ക്ക് നൂറും നൂറ്റൻപതും രൂപ കൊടുക്കണം. ഇവിടെ മാങ്ങയും പേരയ്ക്കയും പൊതു

സ്വത്താണ്. മാവ് ഉടമസ്ഥന്. മാങ്ങ നാട്ടിലെ എല്ലാ കുഞ്ഞുങ്ങൾക്കും. പേരമരം ഉടമസ്ഥന്. പേരയ്ക്ക നാട്ടിലെ എല്ലാ കുഞ്ഞുങ്ങൾക്കും. നഗരത്തിലാണെങ്കിൽ പേരയ്ക്ക പറിക്കാൻ മതിൽ ചാടിയെത്തുന്ന കുഞ്ഞുങ്ങളെ വെടിവെച്ചു വീഴ്ത്താൻ തുടങ്ങിയിരിക്കുന്നു. നഗരസംസ്കാരം മനുഷ്യനന്മയ്ക്കെതിരാണ്. തനി നാട്ടിൻപുറം കവി പാടിയതുപോലെ നന്മകളാൽ സമൃദ്ധമാണ്. നന്മകളുടെ ചെടികളാണ് കൂട്ടരേ കുഞ്ഞുങ്ങൾ. തിന്മകളുടെ കളകൾ ആ ചെടികളെ മൂടാതിരിക്കാൻ നാം പ്രത്യേകം ശ്രദ്ധിക്കണം. നഗരമാവാൻ കൊതിക്കുന്ന ഗ്രാമങ്ങളുടെ പോക്ക് നല്ലതിനല്ലെന്ന് തിരിച്ചറിയണം.

അതാ, ബാളു വരുന്നുണ്ട്. പറഞ്ഞതുപോലെ ആളുകളിൽ നിന്നൊഴിഞ്ഞാണ് അവന്റെ വരവ്. ഇങ്ങോട്ടുതന്നെ. ഇതാ, മാവിന്റെ കൂറ്റൻ വേരുകളിൽക്കിടയിൽ പേഴ്സ് വച്ച് അവൻ ചുറ്റും മണപ്പിച്ചു നോക്കുന്നു. വന്ന വഴി തന്നെയാണെന്ന് ഉറപ്പിക്കുകയായിരിക്കും. അല്ലെങ്കിൽ കൂട്ടരെ, നമ്മുടെ അദൃശ്യസാന്നിധ്യം അവൻ മണത്തറിയുകയായിരിക്കും.

പേഴ്സിനു മുകളിൽ തല ചായ്ച്ച് ബാളു ഒന്നു വിശ്രമിക്കാൻ നോക്കി. പക്ഷേ പെട്ടെന്നെഴുന്നേറ്റ് പേഴ്സ് കടിച്ചെടുത്തു. ഞരങ്ങിയും മൂളിയും അവൻ ചുറ്റും നോക്കുന്നു. എന്തോ സംഭവിച്ചിട്ടുണ്ട്. വണ്ടി തിരിച്ചുപോയി എന്ന് അവന് തോന്നിക്കാണുമോ?

ഒരു കല്ല് മൂളിക്കൊണ്ട് പറന്നുവന്ന് ബാളുവിന്റെ ദേഹത്ത് തൊട്ടു തൊട്ടില്ല എന്ന മട്ടിൽ വീണ് ചിതറിത്തെറിച്ചു. ഭാഗ്യമെന്നല്ലാതെ എന്തു പറയാൻ! ചെറിയ വ്യത്യാസം. ബാളുവിന്റെ കഥകഴിഞ്ഞേനെ. ബാളുവിന് മനസിലായി തന്നെ പിടികൂടാൻ ആളുകൾ പിന്നാലെയുണ്ടെന്ന്. അവൻ ശരംവിട്ടതുപോലെ പേഴ്സ് കടിച്ചുപിടിച്ച് ഓടുകയാണ്. കൂട്ടരേ വാ, നമുക്കും ബാളുവിന്റെ പിന്നാലെ ഓടാം. അവൻ അപകടത്തിൽ പെട്ടിരിക്കയാണ്. നമുക്കവനെ സംരക്ഷിക്കണം.

ആളൊഴിഞ്ഞ വിശാലമായ ഒരു മൈതാനത്തിലൂടെയാണ് ഇപ്പോൾ ബാളുവിന്റെ ഓട്ടം. അതാ, വീണ്ടും ഒരു കല്ല്! ബാളു

വിന്റെ മുമ്പിലാണത് വീണത്. കൂട്ടരേ ദാ ആ കള്ളൻ നമ്മുടെ പിന്നാലെയുണ്ട്. അവനാണ് ബാളുവിനെ ലക്ഷ്യംവച്ച് കല്ലെറിയുന്നത്. അവനെ നമുക്ക് വെറുതെ വിട്ടുകൂടാ. എടുത്തോ, ഓരോരുത്തരും ഓരോ കല്ല്. എറിഞ്ഞോ അവന്റെ മൊട്ടത്തല നോക്കി. കാണില്ല. അവന് നമ്മളെ. വിചാരിച്ചോളും കുട്ടിച്ചാത്തനാണെന്ന്. ഓടും ജീവനും കൊണ്ട്.

അതാ കാൽമുട്ടിനാണ് ആദ്യത്തെ ഏറ്. നിലത്ത് വീണുപോയി പാവം! ചുറ്റും നോക്കി ആരെടാ എന്നെ എറിഞ്ഞത് എന്ന് അവൻ അലറുന്നുണ്ട്. അപ്പോഴാണ് രണ്ടാമത്തെ ഏറ് തുറന്നുവച്ച വായിൽ തന്നെ ചെന്ന് വീണത്. മുൻനിരയിലെ രണ്ടു പല്ലുകളാണ് താഴെ വീണത്. അതെടുക്കാൻ നിൽക്കാതെ അവൻ ഉരുണ്ടു പിരണ്ടെഴുന്നേറ്റ് വലിയ വായിൽ നിലവിളിച്ചുകൊണ്ട് തിരിഞ്ഞോടി. ഇനി ജീവനുള്ളിടത്തോളം അവൻ ബാളുവിന്റെ നാലയലത്തു വരില്ല ഉറപ്പ്.

കൂട്ടരേ, വേഗം വാ, അതാ ബാളു ദൂരെയെത്തിക്കഴിഞ്ഞു. പേഴ്സ് കടിച്ചെടുത്തു കൊണ്ടോടുന്ന നായയെ കണ്ടാൽ ആരും വെറുതെ വിടില്ല. ആർത്തിപ്പണ്ടാരങ്ങളല്ലെ മനുഷ്യരിലധികവും. അന്യരുടെ ധനത്തിലാണ് കണ്ണു മുഴുവൻ. കട്ടും കവർന്നും കബളിപ്പിച്ചും പണമുണ്ടാക്കാനുള്ള ബദ്ധപ്പാടാണവർക്ക്. ജനങ്ങൾക്ക് മാതൃകയാവേണ്ട മന്ത്രിമാർ പോലും മോഷണക്കുറ്റത്തിന് ജയിൽ ശിക്ഷ അനുഭവിക്കുന്ന കാലം! അപ്പോൾ പിന്നെ സാധാരണ മനുഷ്യന്റെ കഥ പറയണോ?

കണ്ടില്ലേ, ഒരുത്തൻ ബാളുവിന്റെ പിന്നാലെ പോകുന്നത്. ട്രൗസറും മുറിക്കൈയൻ ഷർട്ടുമിട്ട ഒരു പയ്യൻ! ആരെയൊക്കെയോ അവൻ ഉറക്കെ വിളിക്കുന്നുണ്ട്. പക്ഷേ ആരും സഹായത്തിനെത്തുന്നില്ല. ബാളുവിന്റെ അടുത്തു ചെന്ന് പേഴ്സ് പിടിച്ചെടുക്കാൻ പേടി. ഒന്നു ശ്രമിച്ചു നോക്കിയതാണ്. അപ്പോൾ ബാളു ഓട്ടം നിർത്തി അവനെ തുറിച്ചു നോക്കി ഒന്നു മുരണ്ടു. ക്രോധത്താൽ നിലത്തുമാന്തി. പേടിച്ചുപോയി. പയ്യൻ! ഇപ്പോൾ അതാ അവൻ മറ്റൊരടവെടുക്കുന്നു. ട്രൗസറിന്റെ പോക്കറ്റിൽ നിന്ന് ഒരു എള്ളുണ്ടയെടുത്തു ബാളുവിന്റെ മുമ്പിലേക്കെറിയു

ന്നു. ഉണ്ട തിന്നാൻ പേഴ്സ് താഴെ വെക്കുമ്പോൾ അതെടുത്തോടാമല്ലോ. കുഞ്ഞുബുദ്ധിയിൽ തെളിഞ്ഞ ഒരുപായം!

ബാളു എള്ളുണ്ട മണത്തുനോക്കി. പക്ഷേ തിന്നില്ല. എള്ളുണ്ടയുടെ സ്വാദ് അറിയാത്തതുകൊണ്ടൊന്നുമല്ല. നന്ദു എത്രയോ തവണ തന്നിട്ടുണ്ട്. നല്ല സ്വാദ്. ഏറെ നേരം എള്ളിന്റെ രുചി വായിൽ തങ്ങി നിൽക്കും. പക്ഷേ ലക്ഷ്യത്തിലേക്കുള്ള യാത്രയിൽ പ്രലോഭനങ്ങൾക്കു മുമ്പിൽ മുട്ടുകുത്തിയാൽ പിന്നെ എഴുന്നേൽക്കലുണ്ടാവില്ല. അതോടെ തീരും ജീവിതയാത്ര. മൃഗങ്ങളുടേതായാലും മനുഷ്യരുടേതായാലും. ഒരുണ്ട തിന്നാൽ ഒന്നു കൂടി വേണമെന്നുതോന്നും. അതു തിന്നാൽ മറ്റൊന്ന്. വാലാട്ടി വിനീത വിധേയനായി പിന്നാലെ നടക്കേണ്ടി വരും ആർത്തി തീരും വരെ. അത് തീരലുണ്ടാവില്ല. മരണം വരെ. കടിച്ചുപിടിച്ച് ഇവിടം വരെ കൊണ്ടുവന്ന പേഴ്സ് കെണിയൊരുക്കിയവൻ കൊണ്ടുപോകും. വിശ്വാസവഞ്ചകൻ എന്ന മുദ്ര നെറ്റിയിൽ പതിയും. അതുകൊണ്ട്, കുഞ്ഞുമോനേ, നിന്റെ എള്ളുണ്ട തിന്നാൻ തൽക്കാലം എനിക്കു മനസില്ല. നിനക്കും ഉപകരിക്കാതെ പോകട്ടെ എന്നു കരുതിയാണ് ഞാനത് മണത്തു നോക്കിയത്. കാക്ക കൊത്തിക്കുടഞ്ഞെറിഞ്ഞ മാമ്പഴം തിന്നാം. നായ മണത്ത പാത്രത്തിനകത്തുള്ള ആഹാരം കുപ്പക്കുഴിയിലെറിയും. അതാണല്ലോ മനുഷ്യരുടെ ശുചിത്വബോധം!

ബാളുവിന്റെ പിന്നാലെ ഒരു നിശ്ചിത അകലം പാലിച്ച് പ്രതീക്ഷ കൈവിടാതെ നടക്കുകയാണ് പാവം കുട്ടി! കൂട്ടരെ, നമുക്കും പിന്നാലെ പോവാം. വഴിയിൽ ഇനിയും തടസങ്ങളുണ്ടായേക്കാം. ഒരു പോറൽ പോലും ഏൽക്കാതെ ബാളുവിനെ നന്ദുവിന്റെ വീട്ടിലെത്തിക്കാം.

പതിനൊന്ന്

കാളവണ്ടിയുടെ കുടമണിക്കിലുക്കം കേട്ട് നന്ദിനി ചെമ്മൺ നിരത്തിലേക്കോടി.

മുത്തശ്ശിയും കേട്ടു മണിക്കിലുക്കം. ജനലിലൂടെ അവർ പുറത്തേക്കു നോക്കി.

നന്ദിനി കുറ്റിക്കാടുകളുടെ മറ പറ്റി ഓടുന്നതാണ് മുത്തശ്ശി കണ്ടത്.

എന്തൊരു സന്തോഷമാണവൾക്ക്! സ്കൂളിൽ ചേർക്കാൻ പോകുന്നു എന്ന് ശങ്കരൻ പറഞ്ഞു കേട്ടതിൽപ്പിന്നെ നിലത്തൊന്നുമല്ല അവൾ നിൽക്കുന്നത്. നന്നായി, ശങ്കരന് അങ്ങനെയൊരു തോന്നലുണ്ടായത്. കുഞ്ഞുങ്ങൾ പഠിക്കണം. പഠിച്ചു വളരണം.

കാടിന്റെ മറവുള്ളതിനാൽ മുത്തശ്ശിക്ക് വണ്ടി കാണാൻ കഴിഞ്ഞില്ല. പാതയോരത്ത് അത് നിന്നു കാണണം. അതുകൊണ്ടാണിപ്പോൾ മണിക്കിലുക്കം കേൾക്കാത്തത്. മുത്തശ്ശി ഊഹിച്ചു.

നന്ദിനിയെ കണ്ടതുകൊണ്ടായിരിക്കണം, അമ്മിണി നീട്ടിക്കരയുകയാണ്. കുട്ടികള് വരുമ്പോ അതിനെ അഴിച്ചു കൊണ്ടു വരാൻ മറക്ക്വോ എന്തോ! കാടിന്റെ പച്ചപ്പിൽ മഞ്ഞവെയിൽ പരന്നു കിടക്കുന്നു. സമയമായി. വയറു നിറഞ്ഞു കാണണം. നിറഞ്ഞില്ലെങ്കിൽത്തന്നെ കുട്ട്യോളെ കണ്ടു കഴിഞ്ഞാൽ പിന്നെ അതിനി മേയലുണ്ടാവില്ല. നാട്ടിലേക്ക് പോകുമ്പോൾ അമ്മിണി

യെയും ബാളുവിനെയും എന്തു ചെയ്യുമെന്നായി മുത്തശ്ശിയുടെ സംശയം. ഇവിടെ ആരെയെങ്കിലും ഏൽപ്പിച്ചിട്ട് പോകാമെന്നു വെച്ചാൽ കുട്ട്യോൾക്കത് ഇഷ്ടപ്പെടില്ല. ശങ്കരനെന്താണ് ചെയ്യാൻ പോകുന്നതെന്നു വച്ചാൽ അതുപോലെ നടക്കട്ടെ എല്ലാ കാര്യങ്ങളും. മുത്തശ്ശി സമാധാനിച്ചു.

അപ്പുവും ഹരിയും ചിണ്ടനും മുത്തുവും കിട്ടനും വണ്ടി ഇറങ്ങിയ ഉടൻ ഓടിപ്പോയി. പുഴയിലിറങ്ങി ഒന്നു മുങ്ങിക്കുളിക്കണം. ഇല്ലെങ്കിൽ ഇത്രയും നേരം എവിടെപ്പോയെന്ന് അമ്മമാർ ചോദിക്കും. അച്ഛന്മാർ കണ്ണുരുട്ടും. ഇരുട്ടും മുമ്പു വീടെത്തുകയും വേണം.

അത്തിമരത്തിന്റെ വേരുകൾക്കിടയിൽ കിട്ടന്റെ തോർത്ത് തിരുകിവച്ചിട്ടുണ്ട്. വേനൽ മുഴുവൻ അതവിടെയുണ്ടാവും. ആർക്കും ഏത് സമയവും അതെടുത്ത് കുളിക്കാം.

നന്ദു പുഴയിലേക്കില്ലെന്ന് തീർത്തു പറഞ്ഞു.

അവന്റെ ഉത്സാഹമെല്ലാം കെട്ടുപോയിരുന്നു.

യൂണിഫോം വാങ്ങാനുള്ള പണം ശങ്കരമ്മാമന്റെ കൈയിൽ കാണുമോ എന്ന സംശയം കുറേ നേരമായി നന്ദുവിനെ അലട്ടിക്കൊണ്ടിരിക്കുന്നു. യൂണിഫോം മാത്രം പോരല്ലോ. സ്കൂളിൽ ചേരുമ്പോഴും വേണ്ടിവരുമല്ലോ കുറേ പണം? പിന്നെ പുസ്തകം വാങ്ങിക്കണം. കുട വേണം. ഇതിനെല്ലാം...

മുത്തശ്ശിക്ക് ആശ്വാസമായി. അമ്മിണിയെയും കൊണ്ടാണ് നന്ദുവും നന്ദിനിയും ശങ്കരനും വരുന്നത്. ആരും ഒന്നും പറയാതെ തല കുനിച്ചുകൊണ്ടാണ് നടത്തം. പോകുമ്പോഴുള്ള ഉത്സാഹമൊന്നും ഇപ്പോൾ കാണാനില്ലല്ലോ. എന്തുപറ്റി ഇവർക്ക്! നന്ദിനി നന്ദുവിനോട് എന്തോ ചോദിക്കുന്നുണ്ട്. അവൻ ഉത്തരം പറയാനുള്ള താൽപ്പര്യം കാണിക്കാതെ അവളിൽ നിന്ന് അകന്നുകൊണ്ടാണ് നടക്കുന്നത്. വരട്ടെ ഇങ്ങോട്ട്. ചോദിക്കാം. മുത്തശ്ശി വാതിൽക്കലേക്ക് മാറി.

ചന്തയിൽ പോയ ബാളുവിനെ കാണാനില്ലല്ലോ. അവനെന്തുപറ്റി? അമ്മിണിയുടെ സംശയം അതായിരുന്നു. വഴിയിൽ മറ്റു നായ്ക്കളുമായി കടിപിടി കൂടുന്നുണ്ടാവും. ഇനി മുടന്തിയും

ചോരയൊലിപ്പിച്ചും മൂളിയും ഞരങ്ങിയും ഒരു വരവുണ്ടാവും. തടവാനും സാന്ത്വനിപ്പിക്കാനും അപ്പോഴേക്കും നന്ദു എത്തും. അവനാണ് ബാളുവിനെ ഇങ്ങനെ വഷളാക്കുന്നത്.

"എന്തുണ്ടായി ശങ്കരാ? ആർക്കും ഒരു മിണ്ടാട്ടവുമില്ലല്ലോ.. എന്തുപറ്റി?"

മുത്തശ്ശി ചോദിച്ചു.

അമ്മിണി കേട്ടു മുത്തശ്ശിയുടെ ചോദ്യം. അവളും ഈ ചോദ്യം ഇത്രയും നേരം സ്വയം ചോദിക്കുകയായിരുന്നു. എന്തോ പറ്റിയിട്ടുണ്ട് ഇവർക്ക്. ചന്തയിൽ നിന്നുള്ള വരവ് സാധാരണ ഇങ്ങനെയല്ലല്ലോ. ചിരിച്ചും കളിച്ചും ആടിയും പാടിയും കുസൃതിപ്പിള്ളേർ കൂട്ടത്തോടെ ഒരു വരവുണ്ടിങ്ങോട്ട്. ഒരുപാട് സാധനങ്ങളുമുണ്ടാവും. കഴിഞ്ഞ തവണ കൊണ്ടുവന്നത് നല്ല മധുരമുള്ള ഒന്നാന്തരം ബിസ്ക്കറ്റും ജിലേബിയുമൊക്കെയായിരുന്നു. ഒരോഹരി തനിക്കും കിട്ടി. ബാളുവിനും. ഹൊ! എന്തൊരു സ്വാദായിരുന്നു! കറുകപ്പുല്ലിന് അത്രയും സ്വാദുണ്ടാവില്ല. ഇന്ന് കൈവീശിയല്ലെ ഓരോരുത്തരും വണ്ടിയിറങ്ങിയത്!

"ഒന്നും പറയേണ്ട ഏട്ടീ! ആരെ കണികണ്ടാണോ ഇന്നിവിടെനിന്നിറങ്ങിയതെന്നറിയില്ല."

"അതിനു മാത്രം എന്തുണ്ടായി ശങ്കരാ?"

"നേന്ത്രക്കുല വിറ്റ പണം പേഴ്സിലിട്ട് ഇതാ ഈ കീശയിൽ വച്ചത് എനിക്ക് നല്ല ഓർമയുണ്ട്. കുട്ട്യോൾക്ക് ഉടിപ്പിനുള്ള തുണിയെടുത്ത് പണം കൊടുക്കാൻ നോക്കിയപ്പോ പേഴ്സില്ല. ആരോ അടിച്ചുമാറ്റി."

"ന്റെ ആലുപുരത്തപ്പാ."

മുത്തശ്ശി നെഞ്ചത്ത് കൈവച്ച് നിലവിളിച്ചുപോയി.

അമ്മിണിക്കും അതുകേട്ട് കരച്ചിൽ വന്നു.

"ഒരു കാര്യം ഉറപ്പാ." ശങ്കരമ്മാമൻ പറഞ്ഞു. "ഞാൻ വിയർപ്പൊഴുക്കിയുണ്ടാക്കിയ പണം കട്ടുകൊണ്ടുപോയവന് ആ പണം ഉപകരിക്കില്ല. നരകിച്ച് ചാവും ആ കാലമാടൻ! മാറാരോഗം വന്ന് വെള്ളമിറക്കാൻ കഴിയാതെ പുഴുത്തു ചാവും!"

"നൂറുവട്ടം ചാവും!" മുത്തശ്ശി കൂട്ടിച്ചേർത്തു.

"അവൻ ചത്താലെന്ത്. ചത്തില്ലെങ്കിലെന്ത്! ഒരു കഷണം ജിലേബി തിന്നാനുള്ള യോഗം ഇല്ലാതെ പോയി." അമ്മിണി പിറുപിറുത്തു.

അഗാധമായൊരു മൗനത്തിൽ കാവൽമാടം ആണ്ടുപോകവേ, അമ്മിണിയാണ് ആദ്യം കണ്ടത്. ബാളു അതിവേഗത്തിൽ ഓടിക്കൊണ്ടുവരുന്നു. എന്തോ കടിച്ചുപിടിച്ചു കൊണ്ടാണ് വരവ്. കാലൊടിഞ്ഞ ഒരു കുരുവിക്കുഞ്ഞിനെ കടിച്ചെടുത്തു കൊണ്ടുവന്ന് ഒരിക്കൽ അവൻ നന്ദുവിന്റെ മുമ്പിൽ കൊണ്ടുവച്ചത് അമ്മിണി ഓർത്തുപോയി. അതുപോലെ വല്ലതുമായിരിക്കുമോ? എന്താണെന്ന് കൃത്യമായി തിരിച്ചറിയും മുമ്പ് ബാളു കാവൽമാടത്തിന്റെ കോണികയറി വാതിൽക്കൽ ഇരിക്കുകയായിരുന്ന ശങ്കരമ്മാമന്റെ മുമ്പിൽ പേഴ്സ് വച്ചു.

ശങ്കരമ്മാമൻ അറിയാതെ എഴുന്നേറ്റു നിന്നുപോയി. അയാൾക്ക് ആഹ്ലാദം ഉള്ളിലൊതുക്കാൻ കഴിഞ്ഞില്ല. പേഴ്സെടുത്ത് പണം എണ്ണി നോക്കി. കൃത്യമാണ്. ഒരു രൂപപോലും നഷ്ടപ്പെട്ടിട്ടില്ല!

ശങ്കരമ്മാമൻ ബാളുവിന്റെ നെറ്റിയിലും കഴുത്തിലും സ്നേഹപൂർവം തലോടി.

"നിനക്കെവിടന്ന് കിട്ടി ബാളൂ ഇത്?"

ബാളുവിന് ശങ്കരമ്മാമന്റെ ചോദ്യം പിടികിട്ടിക്കാണണം. അവൻ മുഖം നിറയെ ചിരി പരത്തിക്കൊണ്ട് എന്തൊക്കയോ പറഞ്ഞു.

മുത്തശ്ശി ബാളുവിന്റെ അടുത്തു ചെന്നു. അതിന്റെ പുറത്ത് തലോടിക്കൊണ്ട് പറഞ്ഞു:

"മനുഷ്യരെക്കാളും ബുദ്ധിയുണ്ട് ശങ്കരാ എന്റെ ബാളുവിന്."

നന്ദുവിനും നന്ദിനിക്കും ജീവൻ തിരിച്ചു കിട്ടിയതുപോലെയായി.

ഭരണിയിൽ സൂക്ഷിച്ചിരുന്ന ഒരു ബിസ്കറ്റെടുത്ത് നന്ദു ബാളുവിനു കൊടുത്തു. അവനത് വേഗം അകത്താക്കി. ഇനിയൊന്നു കൂടി ആവാം എന്ന ഭാവത്തിൽ നന്ദുവിനെ നോക്കി.

"ഒന്നുകൂടി കൊടുക്ക് നന്ദൂ ഓന്."

നന്ദു ഭരണിയിൽനിന്ന് ഒരു ബിസ്കറ്റ് കൂടി എടുത്തു കൊണ്ടുവന്ന് ബാളുവിന് കൊടുത്തു.

ബാളുവിന് തൃപ്തിയായി. തന്റെ സാഹസിക പ്രവൃത്തിയിൽ എല്ലാവരും സന്തോഷിച്ചിരിക്കുന്നതു കണ്ട് എന്തെന്നില്ലാത്തൊരു വികാരം അവനിൽ നുരകുത്തി നിന്നു. അഭിമാനത്തോടു കൂടി അവൻ കോണിപ്പടികളിറങ്ങി. അമ്മിണിയുടെ അടുത്തു ചെന്നു നിന്നു. അമ്മിണി പക്ഷേ അവനെ ശ്രദ്ധിച്ചതേയില്ല.

"ഞാനാരാണെന്ന് ഇപ്പൊ നിനക്ക് മനസിലായില്ലേ അമ്മിണീ? പെരുങ്കള്ളനെ തോൽപ്പിച്ചിട്ടാണ് ശങ്കരമ്മാമന്റെ പേഴ്സുമായി ഞാൻ വന്നിരിക്കുന്നത്."

അമ്മിണി എന്നിട്ടും തലയുയർത്തിയതേയില്ല. ബാളു പറയുന്നത് കേട്ടഭാവം പോലും നടിച്ചില്ല.

അസൂയക്കും കഷണ്ടിക്കും മരുന്നില്ലെന്നാണ് ചൊല്ല് എന്നു പറഞ്ഞു കൊണ്ട് ബാളു കോണിക്കടിയിലെ ചാക്കിൽ ഒന്നു കിടന്നു. നല്ല ക്ഷീണമുണ്ട്. കുറച്ചുനേരം വിശ്രമിച്ചു കളയാം.

രണ്ടു ബിസ്കറ്റാണ് നന്ദു ബാളുവിന് കൊടുത്തത്. തനിക്ക് ഒരു കഷണം പോലും തന്നില്ല. വായിൽ വെള്ളമൂറി താഴെ നിന്നതുമാത്രം മിച്ചം. അമ്മിണിയുടെ പിണക്കത്തിനു കാരണം അതായിരുന്നു. ഇനി കുറേ നാളത്തേക്ക് മുത്തശ്ശിക്കും പേരക്കുട്ട്യോൾക്കും ഇതേ പറയാനുണ്ടാവൂ. ബാളുവിന്റെ വീരപരാക്രമ കഥകളിൽ ഒരേടുകൂടി! നിലത്തൊന്നുമായിരിക്കില്ല ഇനി ബാളുവിന്റെ നിൽപ്പ്! അവൻ മിടുക്കനാണെന്നതിൽ ഒരു സംശയവുമില്ല. പക്ഷേ അഹങ്കാരം ഇത്തിരി കൂടുതലാണ്. തന്റെ ഭാഗത്തു നിന്നും ഒരു പിശക് സംഭവിച്ചു പോയി എന്ന് അമ്മിണിക്കു തോന്നി. നല്ല കാര്യം ആര് ചെയ്താലും അഭിനന്ദിക്കേണ്ടതാണ്. താനത് ചെയ്തില്ല. ബാളു അരികിൽവന്നുനിന്നിട്ടും താൻ ഗൗനിച്ചില്ല. മോശമായിപ്പോയി. അവനെ ഒന്നു വിളിച്ചു കളയാം.

"മ്ഹേ... ഹേ... മ്ഹേ... ഹേ."

ഇല്ല മറുപടിയില്ല. മൂപ്പര് ഉറക്കമൊണെന്നു തോന്നുന്നു. ഉറങ്ങട്ടെ ഉണർന്നുകഴിഞ്ഞാൽ ലോഹ്യം കൂടാം. സന്തോഷിപ്പിക്കാം.

അടുത്ത ആഴ്ച വരാമെന്നും നാട്ടിലേക്കു പോകാൻ എല്ലാ

വരും തയാറായിരിക്കണമെന്നും പറഞ്ഞുകൊണ്ട് ശങ്കരമ്മാമൻ ഇറങ്ങി നടന്നു. ആറുമണിക്കുള്ള ബസു പിടിക്കാൻ വളരെവേഗത്തിലായിരുന്നു നടത്തം. കുറച്ചു ദൂരം വരെ നന്ദുവും ബാളുവും ശങ്കരമ്മാമനെ പിന്തുടർന്നു. പിന്നെ തിരിച്ചുവന്നു.

കൂട്ടരെ, ആലുപുരം ഇരുട്ടിൽ മുങ്ങിയിരിക്കുകയാണ്. മലമുകളിൽ അങ്ങിങ്ങായി വെളിച്ചത്തിന്റെ പൊട്ടുകൾ കാണാം. ഉറങ്ങാത്ത കുടിലുകളിൽ നിന്നുള്ള വെളിച്ചത്തിന്റെ പൊട്ടുകൾ ആകാശങ്ങളിലെ നക്ഷത്രങ്ങളുടെ കാതിൽ എന്തോ മന്ത്രിക്കുന്നുണ്ട്. വഴിതെറ്റിയ കലമാനിന്റെ കരച്ചിൽ താഴ്വരയിലാകെ പ്രതിധ്വനിക്കുന്നുണ്ട്. പള്ളിയറ മുറ്റത്തെ അരയാൽ മരത്തിൽ തൂങ്ങിക്കിടക്കുന്ന വാവലുകൾ ആഹാരം തേടിയിറങ്ങിയിട്ട് നേരം കുറെയായി. വാഴത്തോട്ടങ്ങളിലും പേരമരങ്ങളിലും അവ തിന്നും കുടിച്ചും മദിച്ചും പാറി നടന്നു. പുഴ സംഗീതമായി ഒഴുകി. കാടും മരങ്ങളും അതുകേട്ട് കോരിത്തരിച്ചു. കണ്ടില്ലെ, ഈ കാവൽമാടത്തിൽ എല്ലാവരും നല്ല ഉറക്കത്തിലാണ്. താഴെ ബാളു മാത്രം നീട്ടി വച്ച മുൻകാലുകളിൽ തലചായ്ച്ച് ഉറങ്ങാതെ കിടക്കുകയാണ്. എല്ലാ അപരിചിത ശബ്ദത്തിനുനേർക്കും അവൻ കാത് കൂർപ്പിക്കുന്നുണ്ട്. തലയുയർത്തുന്നുണ്ട്. കുരയ്ക്കുകയും മുരളുകയും ചെയ്യുന്നുണ്ട്.

ഒന്ന് രണ്ട് മഴ പെയ്തതേയുള്ളൂ. അപ്പോഴേക്കും മിന്നാമിനുങ്ങുകളെത്തിയിരിക്കുന്നു! അലങ്കാര ദീപങ്ങൾപോലെ അവ കാവൽമാടത്തിനു ചുറ്റും പ്രകാശിക്കുന്നു. കൂട്ടരെ, നന്ദുവിനെ നോക്കുക. ഒന്നുരണ്ട് മിന്നാമിനുങ്ങുകൾ അവന്റെ മുഖത്തെ ശാന്തതയും തിളക്കവും നമുക്ക് കാട്ടിത്തരുന്നു. കൺപോളകളടഞ്ഞിട്ടും അവൻ അലൗകികമായ എന്തൊക്കെയോ കാഴ്ചകൾ കാണുന്നുണ്ട്. കാതുകളടഞ്ഞിട്ടും അവൻ അപരിചിതമായ എന്തൊക്കെയോ ശബ്ദങ്ങൾ കേൾക്കുന്നുണ്ട്. അവൻ അവനെ കാണുന്നുണ്ട്, പള്ളിയറ മുറ്റത്തു നിൽക്കുന്ന നന്ദുവിനെ. നന്ദു രണ്ട് നന്ദുവായി മാറിയിരിക്കുന്നു. പായിൽ മുത്തശ്ശിയുടെ അരികിൽ കിടക്കുന്ന നന്ദുവും പള്ളിയറ മുറ്റത്ത് ഉദിച്ചുയരുന്ന അപൂർണചന്ദ്രന്റെ അരണ്ട വെളിച്ചത്തിൽ നിൽക്കുന്ന നന്ദുവും.

സ്വപ്നം, അവനവനെത്തന്നെ മാറ്റിയ സാഹചര്യത്തിൽ ജീവിക്കുന്നതു കാണാൻ മനുഷ്യന് അവസരമൊരുക്കുന്നു. മൃഗങ്ങൾ ഇതുപോലെ സ്വപ്നം കാണാറുണ്ടോ? അമ്മിണിക്കും ബാളുവിനും ഇതുപോലെ സ്വപ്നം കാണാൻ കഴിയുമോ? കഴിയുമായിരിക്കും. അതെന്തുമാകട്ടെ. നമുക്ക് നന്ദുവിന്റെ സ്വപ്നസഞ്ചാരത്തെ പിൻപറ്റാം.

പള്ളിയറ വരാന്തയിലുണ്ടായിരുന്ന പുലി ഇപ്പോൾ തിരുമുറ്റത്താണ് നിൽക്കുന്നത്. ആരാണതിനെ താഴെയിറക്കി നിർത്തിയത്? സ്വപ്നങ്ങളുടെ സംവിധായകനോ?

കളിയാട്ട ദിവസം മാത്രമാണ് പുലിയെ മുറ്റത്ത് നിർത്തുക. തെയ്യം പുലിപ്പുറത്ത് കയറിയിരിക്കും. രണ്ടുപേർ ഇരുവശങ്ങളിലായി നിന്ന് ചക്രം ഘടിപ്പിച്ച പുലിയെ കയറിട്ടു വലിക്കും. പുലിയും തെയ്യവും ചക്രങ്ങളിൽ ഉരുണ്ടുരുണ്ട് പള്ളിയറയെ വലംവയ്ക്കുമ്പോൾ വാദ്യമേളങ്ങളുയരും. കൊടിക്കൂറകൾ പാറിക്കളിക്കും. കതിന ആകാശത്തിലേക്കുയർന്നു പൊട്ടും. ഇനി എന്നായിരിക്കും ആ ദിവസം തിരിച്ചുവരിക?

തുമ്പികൾ തടി തുരന്ന് പുലിയുടെ ഉള്ളിൽ താവളമൊരുക്കിയിട്ടുണ്ട്. കുഞ്ഞുങ്ങൾ ദ്വാരത്തിലൂടെ ഈർക്കിൽ കുത്തിയിറക്കി തുമ്പികളെ നോവിക്കും. അവ മൂളാൻ തുടങ്ങും.

തുമ്പികളുടെ ശാസ്ത്രീയസംഗീതം.

ഒരിക്കൽ കേട്ടപ്പല്ലൻ കിട്ടൻ അഭിപ്രായപ്പെട്ടു.

"നേര് തന്നെ. ശാസ്ത്രീയസംഗീതം പോലെത്തന്നെണ്ട്." അപ്പുവും ഹരിയും ചിണ്ടനും മുത്തുവും ആ അഭിപ്രായത്തോട് യോജിച്ചു. "കുണ്ടുവളപ്പിലെ ഭാഗവതര് മൂളുന്നതു പോലെത്തന്നെണ്ട്."

"അത് ശാസ്ത്രീയസംഗീതോന്നും അല്ല."

നന്ദു പറഞ്ഞു.

"പിന്നെ?"

"ആത്മാവ്! ആത്മാവിന്റെ പാട്ട്! ശോക ഗാനം."

അപ്പുവിനും ഹരിക്കും ചിണ്ടനും മുത്തുവിനും കിട്ടനും അതെന്താണെന്ന് മനസിലായില്ല.

"നീ ഒറക്കത്തെ പറയുന്നതോ നന്ദൂ...?"

അവർ ചോദിച്ചു.

"അല്ല. ആ പാട്ട് ദേഹം നഷ്ടപ്പെട്ട ആത്മാവിന്റെ ശോകഗാനം."

"ഇവനെന്തൊക്കെ ഈ പറയ്ന്നെ!" ഹരിക്ക് ഒന്നും പിടികിട്ടിയില്ല. "കൊറെ മാവിന്റെ പേര് ഞാൻ കേട്ടിട്ടുണ്ട്. ഇങ്ങനെയൊരു മാവ്."

"ആത്മാവ്. മാവല്ല ഹരീ. മുത്തശ്ശിക്കറിയാം. എന്നോട് പറഞ്ഞിറ്റ്ണ്ട്. മരിച്ചുപോയവരുടെ ജീവൻ. മോക്ഷം കിട്ടാത്ത ആത്മാക്കളാ ഈ പുലീരെ ഉള്ളില് കൂടിയിരിക്കുന്നത്."

അപ്പുവും ഹരിയും ചിണ്ടനും മുത്തുവും കിട്ടനും അതു കേട്ട് ഒന്നു പേടിച്ചു പുലിയുടെ ദേഹത്തു നിന്ന് അവർ പെട്ടെന്ന് കൈ പിൻവലിച്ചു.

"ഇതെല്ലാം മുത്തശ്ശി പറഞ്ഞത് തന്നെയാണോ നന്ദൂ?"

അവർ ചോദിച്ചു.

"അതെ." നന്ദു പറഞ്ഞു. "മുത്തശ്ശിക്ക് അറിയാത്തതായി ഒന്നൂല്ല. തെയ്യത്തിന്റെ കയ്യീന്ന് കൊടിയിലയും തിരിയും വാങ്ങി വെളിച്ചപ്പാടമ്മാര് ഉറഞ്ഞു തുള്ളിക്കൊണ്ട് പടിഞ്ഞാറോട്ടോടിപ്പോകുന്നത് കണ്ടിട്ടില്ലെ അപ്പൂ... അത് ആത്മാവിനെ മോക്ഷത്തിന് കൊണ്ടുപോകുന്നതാ. നാഥനില്ലാത്ത ആത്മാക്കള് ഈനകത്ത്ന്ന് പിന്നേം കരഞ്ഞുകൊണ്ടേയിരിക്കും."

നന്ദുവിന്റെ അപാരമായ അറിവിൽ അവന്റെ കൂട്ടുകാർ പല തവണ അന്തംവിട്ട് നിന്നുപോയിട്ടുണ്ട്.

ഇപ്പോൾ, ഈ പതിരാവിൽ, ചന്ദ്രൻ ഉദിച്ചുയരുന്ന വേളയിൽ, വാവലുകൾ വാഴത്തോട്ടങ്ങളിൽ ഒച്ചവയ്ക്കും നേരത്ത്, മിന്നാമിനുങ്ങുകൾ അലങ്കാര ദീപങ്ങൾപോലെ മിന്നാമിന്നിക്കൊണ്ടിരിക്കെ നന്ദു പള്ളിയറ മുറ്റത്ത് പുലിയുടെ അരികിൽ തനിച്ചാണ്. നിലാവിന്റെ ചീളുകൾ വീണ് പള്ളിയറയും പുലിയും നന്ദുവും തിളങ്ങുകയാണ്. കിഴക്കൻ ചക്രവാളത്തിൽ അപ്പോൾ മഴവില്ല് കുലച്ചു നിൽക്കുകയായിരുന്നു. സ്വപ്നത്തിൽ എന്തും സംഭവിക്കും. പൂർണചന്ദ്രൻ ഭൂമിയിലേക്കിറങ്ങിവരും. ഭൂമിയിലെ ജലസംഭരണികൾ ആകാശത്തു നിന്ന് ഭൂമിയെ നോക്കി ചിരിക്കും.

അതുപോലെ ഒരത്ഭുതമാണ് രാത്രിയിലെ മഴവില്ലും. സാധാരണ മഴവില്ലു പോലെയല്ല. കടുത്ത സപ്ത വർണത്തിലുള്ള മഴവില്ല്. ഓരോ നിറങ്ങളും വേർതിരിച്ച് കാണാൻ കഴിയും. ഒന്നാം ക്ലാസിലെ കുട്ടികൾ വരച്ച മഴവില്ലുപോലെ.

ഭൂമിയുടെ സമ്പത്തു മുഴുവൻ കുഴിച്ചിട്ടിരിക്കുന്നത് മഴവില്ലിന്റെ കാൽക്കീഴിലാണെന്ന് മുത്തശ്ശി പറഞ്ഞത് നന്ദു ഓർക്കുന്നുണ്ട്. വിലമതിക്കാനാവാത്ത രത്നങ്ങളും അപൂർവങ്ങളായ നിധികളും അവിടെയുണ്ട്. ചില നേരങ്ങളിൽ അവ തിളങ്ങും. മഴവില്ലിന്റെ രണ്ടറ്റങ്ങളിൽ നിന്നുയർന്നു പൊങ്ങുന്ന ആ തിളക്കം മഴവില്ലിന് അവർണനീയമായ ശോഭ ചാർത്തും. രത്നങ്ങളുടെ തിളക്കം മാത്രമല്ല, അക്ഷരങ്ങളുടെ തിളക്കവും മഴവില്ലിന്റെ ആടയാഭരണങ്ങളിൽ നിന്ന് വേർതിരിച്ചെടുക്കാം. മഴവില്ലിന്റെ ചോട്ടിൽ ഉത്തമങ്ങളായ താളിയോലഗ്രന്ഥങ്ങളും കുഴിച്ചിട്ടിട്ടുണ്ടാകുമത്രെ. തലമുറകൾക്ക് താങ്ങാൻ പറ്റാത്ത വിധത്തിലുള്ള അറിവിന്റെ പേടകങ്ങളാണത്രെ അവ. നന്ദുവിന്റെ അച്ഛൻ കൃഷ്ണൻ പണിക്കരും വീട്ടിൽ നിന്നിറങ്ങിയത് മന്ത്രമൂർത്തികളെ പ്രീതിപ്പെടുത്താനും ആജ്ഞാനുവർത്തികളാക്കാനുമുള്ള മന്ത്രങ്ങളുറങ്ങുന്ന താളിയോലഗ്രന്ഥങ്ങളുമായിട്ടാണെന്ന് മുത്തശ്ശി എത്രയോ തവണ നന്ദുവിനോട് പറഞ്ഞിട്ടുണ്ട്. സ്വപ്നങ്ങളിൽ അവൻ കണ്ടിട്ടുണ്ട്. കാതിൽ കടുക്കനും നെറ്റിയിലും ദേഹത്തും ആചാരക്കുറിയും അരക്കെട്ടിൽ തിരുകിയ ആചാരക്കത്തിയുമായി മഴവില്ലിന്റെ നാട്ടിലേക്ക് നടന്നുപോകുന്ന അച്ഛനെ. അച്ഛനെ നേരിൽ കണ്ട ഓർമ അവനില്ല. എങ്കിലും മുത്തശ്ശിയുടെ വാക്കുകളിൽ ബ്രഷ് മുക്കി നെഞ്ചിനുള്ളിലെ ക്യാൻവാസിൽ വരഞ്ഞുവച്ചിട്ടുണ്ട് അവൻ ആ രൂപം! ഉറക്കിൽ മാത്രമല്ല ഉണർവിലും പിന്തുടരാറുണ്ട് അവൻ ആ രൂപത്തെ.

കൂട്ടരെ, പുലിയുടെ അരികിൽ നിൽക്കുന്ന നന്ദു എന്താണ് ചെയ്യാൻ പോകുന്നതെന്ന് നമുക്കു നോക്കാം.

പന്ത്രണ്ട്

"ആലുപുരത്ത് ഭഗോതീ.. നന്ദു മഴവില്ലിന്റെ നാട്ടിലേക്ക് പോവ്വാണ്. വഴീല് തടസ്സങ്ങളൊന്നും ഇല്ലാതെ കാത്തുരക്ഷിച്ചു കൊള്ളണേ ഭഗോതീ.."

നന്ദു പള്ളിയറ വാതിൽക്കൽ നിന്ന് പ്രാർഥിച്ചു.

പൊടുന്നനെ വാതിലിന്റെ ഇരുവശത്തുമുള്ള തൂക്കുവിളക്കുകളിലെ തിരികളെല്ലാം കണ്ണുതുറന്നു. കൽവിളക്കുകളിലെ തിരികളും തെളിഞ്ഞു കത്തി. നാദസ്വരമേളത്തിന്റെ അകമ്പടിയോടെ പള്ളിയറ വാതിൽ തനിയേ തുറന്നു. അകത്ത് ഭഗവതിയുടെ വാളും ചുരികയും മെയ്യാഭരണങ്ങളും സൂര്യശോഭയെ വെല്ലും വിധം തിളങ്ങി. ഓട്ടുമണികൾ ശബ്ദിച്ചു. കൂപ്പിനിന്ന അവന്റെ കൈകൾക്കു മുകളിൽ മഞ്ഞക്കുറി വിതറിയ അരയാലില വന്നു നിന്നു. ഏതോ അദൃശ്യഹസ്തങ്ങളിലാണ് കുറി. അവൻ കുറി വാങ്ങിച്ച് നെറ്റിയിലും കഴുത്തിലും നെഞ്ചിലും കൈകളിലും തൊട്ടു. പുലിയുടെ നെറ്റിയിലും കുറി വരച്ചു.

"മത്സ്യകന്യകേ..."

നന്ദു കൈകൾ കൂപ്പി മനസിൽ മന്ത്രിച്ചു.

"നന്ദു ഇതാ, വരം ചോദിക്കുന്നു. എന്നെ ഈ പുലിപ്പുറത്തിരുത്തി മഴവില്ലിന്റെ നാട്ടിലേക്ക് കൊണ്ടുപോവുക. വഴിയിലെവിടെയെങ്കിലും എന്റെ അച്ഛനുണ്ടെങ്കിൽ എനിക്കു കാണിച്ചു തരിക."

നന്ദു പുലിപ്പുറത്ത് കയറിയിരുന്നു. മരത്തിൽ കൊത്തിയെ

ടുത്ത് നിറം പിടിപ്പിച്ച ആ പുലി പൊടുന്നനെ ജീവനുള്ള പുലിയായി മാറി! മഴവില്ലിനെ ലക്ഷ്യമാക്കി കൊടുങ്കാറ്റിന്റെ വേഗതയിൽ പുലി മുന്നോട്ട് കുതിച്ചു. പുഴകൾ ചാടിക്കടന്ന് മലകൾ ഓടിക്കയറി പിന്നെയും പിന്നെയും അത് പറക്കുകയാണ്. പറക്കുന്തോറും മഴവില്ല് അകന്നകന്നു പോയി. രാത്രിയും പകലും മാറി മാറി വന്നു. ഇരുട്ടും വെളിച്ചവും അന്യോന്യം യാത്രാമൊഴി പറഞ്ഞു. വെയിലും മഴയും മഞ്ഞും ചൂടും തണുപ്പും നന്ദുവിനെ മാറിമാറിപ്പൊതിഞ്ഞു.

കാട്ടുമൃഗങ്ങൾ ഈ യാത്ര അത്ഭുതത്തോടെ നോക്കിനിന്നു.

പുലിപ്പുറത്ത് ഒരു മനുഷ്യക്കുഞ്ഞിരുന്ന് യാത്ര ചെയ്യുന്നു! അതും ഒരു സാധാരണ പുലിയല്ല. കൊടുങ്കാറ്റിന്റെ വേഗതയിൽ ഓടാൻ കഴിയുന്ന പുലി. പുഴ പാറിപ്പറന്നു കടക്കുന്ന പുലി. നക്ഷത്രങ്ങളെയും സൂര്യനെയും ചന്ദ്രനെയും എത്തിപ്പിടിക്കാൻ വെമ്പുന്ന പുലി.

പുള്ളിമാൻകൂട്ടം പുലിയെ പിന്തുടർന്നു.

“എങ്ങോട്ടാണ് മാനേ ഓടിപ്പോകുന്നത്?”

കാട്ടാനക്കൂട്ടം ചോദിച്ചു.

“എങ്ങോട്ടാണ് മാനേ ഓടിപ്പോകുന്നത്?”

കാട്ടുകിളികൾ ചോദിച്ചു.

“എങ്ങോട്ടാണ് മാനേ ഓടിപ്പോകുന്നത്?”

മുയലുകൾ ചോദിച്ചു.

“എങ്ങോട്ടാണു മാനേ ഓടിപ്പോകുന്നത്?”

സിംഹവും കരടിയും പന്നിയും കരിങ്കുരങ്ങന്മാരും ചോദിച്ചു.

“പുലി പോകുന്നിടംവരെ കാട്ടിൽ കഴിയുന്ന നമുക്ക് എന്തോ ആപത്ത് വരാൻ പോകുന്നു. നമുക്കും കൂടെപ്പോകാം. പുലിയെ ഒറ്റപ്പെടുത്തരുത്.”

പുള്ളിമാൻകൂട്ടം പറഞ്ഞു.

“അതിന് പുലിപ്പുറത്തൊരു മനുഷ്യക്കുഞ്ഞ് കയറിയിരിക്കുന്നതെന്തിന്?”

കുറുക്കൻ ചോദിച്ചു.

“വിശ്വസിക്കരുത് അവന്മാരെ. പുലിയെ ഏതോ കെണിയിൽ വീഴ്ത്താൻ പോവുകയാണവൻ.”

"ആണെന്നു തന്നെയിരിക്കട്ടെ." കാട്ടാന പറഞ്ഞു. "എടോ കുറുക്കാ നിന്റെ ഒടുക്കത്തെ സംശയം! അത് മാറിക്കിട്ടലുണ്ടാവില്ല. നമ്മളിൽ ഒരാളായ പുലിയെ ആപത്തിൽ നിന്ന് സംരക്ഷിക്കാനുള്ള ഉത്തരവാദിത്വം നമുക്കില്ലേ? വരിൻ എല്ലാവരും. ഈ കള്ളൻ കുറുക്കന്റെ വാക്കുകൾ കേട്ട് നിങ്ങൾ അമാന്തിച്ചിരിക്കരുത്."

മൃഗങ്ങളെല്ലാം പുലിയുടെ പിന്നാലെ ഓടാൻ തുടങ്ങി. ഓടിയോടി അവരിതാ മഴവില്ലിന്റെ ചോട്ടിലെത്താറായി. ദൂരെ നിന്നു കാണുന്നതു പോലെയല്ല. നൂറാളുകൾ ചേർന്നാലും പിടിയെത്താത്ത്രത്ര വലിപ്പമുണ്ട് മഴവില്ലിന്. ചിലപ്പോൾ സ്വർണക്കട്ടി കൊണ്ടുണ്ടാക്കിയതു പോലെ തോന്നും. ചിലപ്പോൾ നവരത്നങ്ങൾ ചേർത്തുണ്ടാക്കിയതാണെന്നു തോന്നും. മാറിമാറി വരുന്ന വർണവിസ്മയം!

"എല്ലാവരും നിൽക്ക്!"

ദൂരെയെന്തോ കണ്ടിട്ടെന്നപോലെ നന്ദു പറഞ്ഞു.

പുലി നിന്നു. പിന്നാലെ എല്ലാ മൃഗങ്ങളും. ആയിരക്കണക്കിനു വന്യജീവികൾ ഒരു പൊതുയോഗത്തിനെന്നപോലെ നന്ദുവിനു പിന്നിൽ അണി നിരന്നു. കുരങ്ങുകൾ മരങ്ങളിലെ വള്ളിത്തലപ്പുകളിൽ തൂങ്ങിനിന്ന് എന്താണ് സംഭവിക്കുന്നതെന്ന് ഉൽക്കണ്ഠയോടെ നോക്കി. അണ്ണാറക്കണ്ണന്മാർ ആനകളുടെ പുറത്തു കയറിനിന്ന് നോക്കി. മാനുകൾ മറ്റു മൃഗങ്ങൾക്കിടയിലൂടെ തിക്കിത്തിരക്കി വന്ന് മുൻ നിരയിലെത്തി തല പുറത്തേക്കിട്ടു നോക്കി. സുന്ദരികളും സുന്ദരന്മാരുമായതുകൊണ്ട് 'ക്യൂ'തെറ്റിച്ചതിൽ ആരും പരാതിപ്പെട്ടില്ല.

"അതാ, മഴവില്ലിന്റെ ചോട്ടിൽ കള്ളന്മാർ! കറുത്ത മുഖംമൂടി ധരിച്ച തടിയന്മാരായ കള്ളന്മാർ!" നന്ദു പറഞ്ഞു.

"ശരിയാണ്! കരിങ്കല്ലു പോലിരിക്കുന്ന തടിയന്മാർ!"

മൃഗങ്ങൾ നന്ദു ചൂണ്ടിക്കാട്ടിയ ദിക്കിലേക്ക് നോക്കിക്കൊണ്ടു പറഞ്ഞു.

"വിടരുത് ഒന്നിനെയും!" നന്ദു പറഞ്ഞു. "മഴവില്ലിന്റെ ചോട്ടിൽ കുഴിച്ചിട്ട ഭൂമിയുടെ സമ്പത്ത് കട്ടെടുക്കാൻ വന്ന കള്ളന്മാരാണത്. വിടരുത്. കാടും നാടും കട്ടുമുടിക്കുന്ന മന്ത്രിമാർ പോലുമുണ്ട് കൂട്ടത്തിൽ. അടിച്ചോടിക്ക് എല്ലാത്തിനേയും! മുന്നോ

ട്ടുള്ള നീക്കങ്ങൾ വളരെ സൂക്ഷിച്ചു വേണം. അവരുടെ കൈയിൽ തോക്കും വാളും കത്തിയുമൊക്കെ കാണും. ഞാനും പുലിയും അവരുടെ മുമ്പിലേക്ക് കുതിക്കും. അപ്പോൾ അവരുടെ ശ്രദ്ധ മുഴുവൻ ഞങ്ങളിലായിരിക്കും. ആ തക്കം നോക്കി നിങ്ങൾ നാലു ഭാഗത്തു നിന്നും കള്ളന്മാരെ വളയണം. കുരങ്ങന്മാർ പ്രത്യേകം ശ്രദ്ധിക്കേണ്ട ഒരു കാര്യമുണ്ട്. ആരെങ്കിലും തോക്ക് ചൂണ്ടുന്നുണ്ടെങ്കിൽ അവന്റെ തലമണ്ടയിലേക്കെടുത്തു ചാടി ലക്ഷ്യം തെറ്റിക്കണം. കൈ കടിച്ചു പറിക്കണം. ബാക്കിയെല്ലാം ഞാനും പുലിയും ആനയും കരടിയും കാട്ടുപോത്തും മറ്റെല്ലാ മൃഗങ്ങളും ചേർന്ന് നോക്കിക്കൊള്ളും. മാനും അണ്ണാനും മറ്റും ആവേശം കൊണ്ട് എടുത്തുചാടി ജീവന് അപകടമുണ്ടാക്കരുത്. പിൻനിരയിൽ നിന്നാൽ മതി."

കുരങ്ങുകൾക്ക് ആവേശമായി. കള്ളന്മാർക്കു നേരെയുള്ള ആക്രമണത്തിൽ തങ്ങൾക്ക് നിർണായകമായ ചുമതല നൽകിയതിൽ അവർ അഭിമാനം കൊണ്ടു. ഒരുപക്ഷേ രാമായണകാലത്തെ വാനരപ്പടയെക്കുറിച്ചൊക്കെ ഈ മനുഷ്യക്കുട്ടി പഠിച്ചുകാണും. സാക്ഷാൽ ഹനുമാൻ തന്നെയായിരിക്കും ഇഷ്ടദൈവം.

അണ്ണാറക്കണ്ണന്മാർക്ക് നന്ദുവിന്റെ സംസാരത്തിൽ നേരിയ വിഷമം തോന്നി. ഏത് പ്രതിസന്ധിഘട്ടത്തിലും മുൻനിരയിൽ നിന്ന ചരിത്രമേ തങ്ങൾക്കുള്ളൂ. സേതുബന്ധനസമയത്ത് ശ്രീരാമന്റെ കൈയിൽ നിന്ന് പ്രശസ്തി പത്രം ലഭിച്ചവരാണ് തങ്ങളുടെ പൂർവികർ. പൊന്നാടയ്ക്കു പകരം ശ്രീരാമന്റെ തലോടലാണ് അന്ന് അവർ ഏറ്റുവാങ്ങിയത്. അതേതായാലും നന്നായി. ഇന്നും ജനിച്ചു വീഴുന്ന ഓരോ അണ്ണാൻകുഞ്ഞിന്റെയും മുതുകിൽ ആ തലോടൽ പതിഞ്ഞു കിടക്കുന്നുണ്ടല്ലോ. എന്നിട്ടും പിൻനിരയിൽ നിൽക്കാനാണ് നന്ദു ആവശ്യപ്പെട്ടിരിക്കുന്നത്. ഒരുപക്ഷേ അത് തങ്ങളോടുള്ള സ്നേഹം കൊണ്ടായിരിക്കാം.

മഴവില്ലിന്റെ ചോട്ടിൽ മൺവെട്ടികൊണ്ട് കിളയ്ക്കുകയാണ് കള്ളന്മാർ. പുലിയുടെ വരവുകണ്ട് അവരൊന്നു നടുങ്ങി. പണിയായുധങ്ങൾ താഴെവച്ച് വാളും കുന്തവും തോക്കുമെടുത്ത് ആക്രമണത്തിന് തയാറെടുത്തു നിന്നു. നന്ദുവിനു നേർക്ക് തോക്ക് ചൂണ്ടിയവനെ ലക്ഷ്യമാക്കി മരക്കൊമ്പിൽ നിന്ന് ഒരു കരിങ്കു

രങ്ങ് എടുത്തുചാടി. കഴുത്തിൽ പിടിമുറുക്കി. അവൻ ഉറക്കെ നിലവിളിച്ചു തുടങ്ങി. തോക്ക് താഴെ വീണു. ആന തുമ്പിക്കൈ കൊണ്ട് ഒരുവനെ തൂക്കിയെടുത്ത് ദൂരേക്കെറിഞ്ഞു. ഏതോ മല യിടുക്കിൽ അവൻ ചെന്നുവീണു. നിലത്തുവീണ തോക്ക് കരടി എടുത്തുകൊണ്ടുപോയി. ഒരു കൂറ്റൻ മരത്തിന്റെ പോടിനുള്ളിൽ ഒളിപ്പിച്ചു വച്ചു. വാളുകൊണ്ട് ആനയെ വെട്ടാനോങ്ങിയ ഒരു കള്ളന്റെ പൃഷ്ഠ ഭാഗത്ത് കരിങ്കുരങ്ങ് മാന്തി. അവൻ വാൾ താഴ ത്തിട്ട് ജീവനും കൊണ്ടോടി. അതോടെ കള്ളന്മാരെല്ലാം നാലു ഭാഗത്തേക്കും ചിതറിപ്പോയി.

ഓടിപ്പോകുന്നവരെ പിന്തുടർന്ന് ആക്രമിക്കാൻ മുതിർന്ന മൃഗങ്ങളെ നന്ദു പിന്തിരിപ്പിച്ചു.

"അരുത്. എവിടെക്കാണെന്നു വച്ചാൽ പോയിക്കോട്ടെ. ജീവ നെടുക്കാനുള്ള അധികാരം നമുക്കാർക്കുമില്ല."

മൃഗങ്ങൾ ഹർഷാരവം മുഴക്കി. കാട്ടുപക്ഷികൾ നീട്ടിപ്പാടി. ആനയും കരടിയും മാനും നൃത്തം ചെയ്തു.

മഴവില്ലിന്റെ മുകൾത്തട്ടിൽ അപ്പോൾ സുന്ദരിയായൊരു പെൺകുട്ടി പ്രത്യക്ഷപ്പെട്ടു. മൃഗങ്ങളുടെ ആട്ടവും പാട്ടും അവളെ ഏറെ രസിപ്പിച്ചു. അവളും പാടാനും ആടാനും തുടങ്ങി.

"നന്ദൂ..."

പെൺകുട്ടി വിളിച്ചു.

"മഴവില്ലിന്റെ നാട്ടിലേക്ക് വരാനല്ലെ നീ പുറപ്പെട്ടത്. വന്നോളൂ."

"ഞാനെങ്ങനെ വരും? ചെറിയ കൈകാലുകളല്ലെ എനിക്കു ള്ളത്. മഴവില്ലിന്റെ മുകൾത്തട്ടിൽ ഞാനെങ്ങനെ എത്തിപ്പിടിക്കും?"

നന്ദു തന്റെ നിസ്സഹായത അറിയിച്ചു.

"എങ്കിൽ ഇതാ ഞാൻ മഴവില്ലിന്റെ നാട്ടിലെ സ്വർണച്ചെടി യുടെ വള്ളി താഴേക്കിടാം. അത് പിടിച്ച് മുകളിലേക്ക് കയറിക്കോളൂ."

പെൺകുട്ടി സ്വർണനിറമുള്ള ചെടിവള്ളി താഴേക്കിറക്കി. അത് താഴേക്ക് താഴേക്ക് വന്ന് നന്ദുവിന്റെ തലയ്ക്കു മുകളിൽ തൂങ്ങിനിന്നു. നന്ദു കൈ ഉയർത്തി അതിനെ തൊടാൻ നോക്കി. ഇല്ല എത്തുന്നില്ല.

"ചേച്ചീ. എത്തുന്നില്ലല്ലോ ചേച്ചീ... കുറച്ചുകൂടി താഴോട്ട് പോരട്ടെ..."

"ഇല്ല. ഇത്രയേ ഉള്ളൂ ഇതിന്റെ നീളം."

പെൺകുട്ടി പറഞ്ഞു.

ആന ഉടൻ നന്ദുവിന്റെ മുമ്പിൽ കുനിഞ്ഞിരുന്നു. പുലി യോടു നന്ദുവിനെ തന്റെ പുറത്തിരുത്താൻ ആവശ്യപ്പെട്ടു.

പുലി നന്ദുവിനെ ആനപ്പുറത്തിരുത്തി.

ആന എഴുന്നേറ്റുനിന്നു.

"ഹായ്! ഇപ്പോൾ നന്ദുവിന് സ്വർണവള്ളി സുഖമായി തൊടാൻ കഴിയും."

നന്ദു മൃഗങ്ങളോട് പറഞ്ഞു.

"കാട് നിങ്ങളുടെ സ്വന്തം നാടാണ്. അത് കൈയേറാൻ ആരെയും അനുവദിക്കരുത്. ആർത്തിപ്പണ്ടാരങ്ങളാണ് മനുഷ്യർ. അവർ മണ്ണും മരവും വായുവും വെള്ളവും വിറ്റ് പണമുണ്ടാ ക്കും. കണക്കിൽ കൊള്ളാത്ത പണമെല്ലാം വിദേശബാങ്കിൽ നിക്ഷേപിക്കും. മന്ത്രിമാരും എം പിമാരും കോൺട്രാക്റ്റർമാരും എഞ്ചിനീയർമാരും ഡോക്ടർമാരും നീതിയുടെ കാവൽക്കാരു

മെല്ലാം ഇക്കൂട്ടത്തിലുണ്ട്. അനീതിക്കെതിരായ യുദ്ധത്തിൽ നിങ്ങളുടെ കൂടെ നല്ല മനുഷ്യരുമുണ്ടാവും. അവരെ തിരിച്ചറിയണം. ഞാൻ മഴവില്ലിന്റെ നാട്ടിലേക്ക് പോയി വരട്ടെ. നമുക്ക് വീണ്ടും കാണാം. നന്ദി എല്ലാവർക്കും."

നന്ദു സ്വർണച്ചെടിയുടെ വള്ളിയിൽ പിടിച്ച് മുകളിലേക്ക് കയറിക്കയറിപ്പോകുന്നത് മൃഗങ്ങൾ അത്ഭുതത്തോടെ നോക്കി നിന്നു. പെൺകുട്ടിയും നന്ദുവും കാഴ്ചയിൽ നിന്ന് അപ്രത്യക്ഷമാകുന്നതുവരെ അവർ അങ്ങനെ നിന്നു. മാനിന്റെ കണ്ണിൽ നിന്ന് കണ്ണീരൊഴുകി. ഒരു വല്ലാത്ത ശൂന്യത മൃഗങ്ങളെയെല്ലാം പിടികൂടി. ആനകൾക്കും ദുഃഖം അടക്കി നിർത്താൻ കഴിഞ്ഞില്ല. പുലി ഇടറിയ ശബ്ദത്തിൽ എന്തോ പിറുപിറുത്തു കൊണ്ട് തിരിഞ്ഞു നടന്നു. കൂടെ മറ്റു മൃഗങ്ങളും.

മഴവിൽ കൊട്ടാരത്തിലെ പെൺകുട്ടിയുടെ കൂടെ നന്ദു കൊട്ടാരം ചുറ്റിക്കണ്ടു. സ്വർണനിറമുള്ള എത്രയോ മുറികൾ. അതിൽ കൊത്തുപണികളുള്ള സ്വർണക്കട്ടിലുകൾ. ചുമരുകളിൽ എണ്ണച്ചായത്തിൽ വരഞ്ഞ അതിമനോഹരങ്ങളായ ചിത്രങ്ങൾ. പുഴകളുടെ, കാടുകളുടെ, മൃഗങ്ങളുടെ പൂത്തുലഞ്ഞു നിൽക്കുന്ന ആകാശത്തിന്റെ ചിത്രങ്ങൾ.

"ചേച്ചിയുടെ പേരെന്താ?"

നന്ദു ചോദിച്ചു.

"ധനു"

പെൺകുട്ടി പറഞ്ഞു.

"ധനുസ്സിൽ നിന്ന് ധനു. നന്ദൂനറിയില്ലെ ധനുസ്സെന്നാൽ എന്താണെന്ന്?"

"അറിയാം. വില്ല്."

"മിടുക്കൻ!"

ധനു നന്ദുവിനെ അഭിനന്ദിച്ചു.

"ഇത്രയും വലിയ കൊട്ടാരത്തില് ചേച്ചി തനിച്ചാണോ?"

"അതെ പലരും വരും. പോകും. ചിലപ്പോൾ സൂര്യഭഗവാൻ. അല്ലെങ്കിൽ മേഘനാദൻ. നന്ദുവിനെപ്പോലുള്ള കുട്ടികളായിരിക്കും മറ്റു ചിലപ്പോൾ."

നേരം ഏറെ വൈകിയെന്നു തോന്നുന്നു.

കൂട്ടരെ, അത് നന്ദുവിന്റെ വെറും തോന്നൽ മാത്രം. മഴവിൽകൊട്ടാരത്തിൽ രാവും പകലുമില്ല. എപ്പോഴും സപ്തവർണങ്ങളിലുള്ള പ്രകാശധാര മാത്രം. സമയം പോകുന്നതറിയില്ല. ചിലപ്പോൾ ഉറക്കം വരും. ഉറങ്ങും. കുറേ കഴിയുമ്പോൾ ഉണരും. എത്രനേരം ഉറങ്ങിയെന്ന് കണക്കാക്കാനാവില്ല. ഉറങ്ങുമ്പോഴും ഉണരുമ്പോഴും വെളിച്ചം. ഉറക്കക്ഷീണമില്ല. ഉണരുമ്പോഴും കുളിച്ചൊരുങ്ങി നിൽക്കുകയാണെന്നേ തോന്നൂ. വിശപ്പില്ല. ദാഹമില്ല. നന്ദുവിന്റെ സ്വപ്നസഞ്ചാരം തുടരട്ടെ. നമുക്ക് നോക്കിയിരിക്കാം.

"ഭൂമിയിലിപ്പോൾ രാത്രിയാണോ, പകലാണോ?"

നന്ദു ധനുച്ചേച്ചിയോട് ചോദിച്ചു.

"എന്താ അങ്ങനെ ചോദിക്കാൻ?"

"മുത്തശ്ശീം ഏച്ചീം ഉറങ്ങീട്ടുണ്ടാവോ?"

"വീട്ടിലെ വിചാരം വന്നുതുടങ്ങി അല്ലേ?"

ധനുച്ചേച്ചി ചിരിച്ചു.

"നാട്ടില് മഴക്കാലം തൊടങ്ങീട്ടുണ്ടാവോ?"

നന്ദുവിന്റെ സംശയം.

"തൊടങ്ങുകയല്ല. മഴക്കാലം കഴിയുകയും ചെയ്തു."

"ഇല്ല. ഞാൻ വന്നിട്ട് കൊറച്ച് ദിവസല്ലേ ആയുള്ളൂ!"

നന്ദു പറഞ്ഞു.

"കൊറച്ചു ദിവസോ! ഒരു കൊല്ലാവാറായി."

ധനു പറഞ്ഞു.

"പൊള്ളുന്ന ചൂടാ ഇപ്പൊ നിന്റെ നാട്ടില്. എല്ലാം കത്തിക്കരിഞ്ഞ് കെടക്കാ.. മഴയില്ല, മണ്ണ് വിണ്ടുകീറിക്കിടക്കുന്നു. നിന്റെ ആലുപുരം പുഴ വറ്റിവരണ്ടിരിക്കുന്നു."

"എനിക്കെന്റെ മുത്തശ്ശീനേം ഏച്ചീനേം കാണണം. എന്റെ ബാളൂനേം അമ്മിണീനേം കാണണം. ശങ്കരമ്മാമനെ കാണണം. എന്റെ അച്ഛൻ എവിടേങ്കിലുണ്ടെങ്കില് കാട്ടിത്തരണം. അപ്പൂം ചിണ്ടനും ഹരീം മുത്തുവും എന്നെക്കാണാതെ വിഷമിച്ചിരിക്കുകയായിരിക്കും എനിക്കെല്ലാവരേം കാണണം."

"നിർബന്ധാണോ?"

ധനു ചോദിച്ചു.

"അതെ."

"എങ്കില് ഈ കൊട്ടാരത്തിലൊരു മാന്ത്രികക്കുഴലുണ്ട്. ഞാനത് എടുത്തു കൊണ്ടുവരാം. ആ കുഴലിലൂടെ നോക്കിയാൽ ഭൂമിയിലെ എല്ലാ കാഴ്ചകളും കാണാം. നന്ദിനിയെ കാണാം. മുത്തശ്ശിയെ കാണാം. അമ്മിണിയെയും ബാളൂനേം കാണാം. എല്ലാ ചങ്ങാതിമാരെയും കാണാം."

ധനുച്ചേച്ചിയുടെ വാക്കുകൾ പുതുമഴയേൽക്കുന്ന വെന്തമണ്ണിനെപ്പോലെ നന്ദുവിനെ ആശ്വസിപ്പിച്ചു.

"ഞാനിതാ ഉടൻ കൊണ്ടുവരാം മാന്ത്രികക്കുഴൽ. നീ കാത്തിരുന്നോ ഭൂമിയിലെ ഞെട്ടിക്കുന്ന കാഴ്ചകൾ കാണാൻ."

"ആലുപുരം പുഴയും കാണിച്ചുതരണം."

നന്ദുവിന് പുഴ കാണാൻ കൊതിയായി.

"നിന്റെ ആലുപുരം പുഴ മരിച്ചു പോയി നന്ദൂ..."

"പുഴ മരിക്കേ...?"

"അതെ." ധനു പറഞ്ഞു. "പനി പിടിച്ച് മരിച്ചു. ഒരുതുള്ളി വെള്ളം പോലും പുഴയിലില്ല. നിങ്ങൾ മനുഷ്യർ കാടായ കാടെല്ലാം വെട്ടിത്തെളിച്ചു. മഴവെള്ളം തടഞ്ഞു നിർത്തിയിരുന്ന വേരുകൾ പോയതോടെ, മലമുകളിലെ മണ്ണ് മുഴുവൻ ഒലിച്ചിറങ്ങി, പുഴയിലൂടെ കടലിലെത്തി. മഴ വെള്ളം ശേഖരിച്ചു നിർത്താൻ ഇടമില്ലാതെ വന്നപ്പോൾ മലമുകളിലെ നീരുറവകൾ ഇല്ലാതായി. നീരുറവകൾ ഇല്ലാതായപ്പോൾ പുഴയിൽ വെള്ളമില്ലാതായി. വെറും മണൽപ്പരപ്പുമാത്രമായ പുഴ ഒരു തുള്ളിവെള്ളം പോലും കിട്ടാതെ മരിച്ചു."

"അപ്പോൾ പുഴയിലെ മീനുകൾ?"

"വെള്ളമില്ലാതായാൽ മീനെന്താവുമെന്ന് ഞാൻ പറഞ്ഞു തരണോ നന്ദൂ... കുറച്ചു ദിവസം മീൻകൊത്തിപ്പക്ഷികൾക്ക് വയറുനിറയെ ആഹാരമായി. വെള്ളമില്ലാതെ, പുഴയുടെ നെഞ്ചിലെ ഈർപ്പത്തിൽ പിടയുകയായിരുന്ന മീനുകളെ അവ കൊത്തിയെടുത്ത് അത്തിമരത്തിന്റെ ശാഖകളിലിരുന്ന് സുഖമായി ഭക്ഷിച്ചു. മീൻ തീർന്നപ്പോൾ കഴിക്കാനൊന്നുമില്ലാതായി അവയും പട്ടിണി കിടന്നു മരിച്ചു!"

മാന്ത്രികക്കുഴൽ കൊണ്ടുവരാൻ ധനു മറ്റൊരു മുറിയിലേക്കു പോയപ്പോൾ നന്ദു വിതുമ്പിക്കരഞ്ഞു.

പതിമൂന്ന്

മഴവിൽകൊട്ടാരത്തിന്റെ മട്ടുപ്പാവിൽനിന്ന് നന്ദു മാന്ത്രികക്കുഴലിലൂടെ ഭൂമിയിലെ കാഴ്ചകൾ കാണുകയാണ്. ധനു അവന്റെ അരികിൽ തന്നെ നിൽക്കുന്നുണ്ട്. ധനുവിന്റെ സഹായമില്ലാതെ തന്നെ നന്ദു ആലുപുരം ഗ്രാമത്തെ ഇതിനകം ദൃഷ്ടിപഥത്തിൽ കൊണ്ടുവന്നു. അതിന്റെ സമീപദൃശ്യം കാണാൻ വേണ്ടി അവൻ മാന്ത്രികക്കുഴലിന്റെ വലതുഭാഗത്തുള്ള സ്ക്രൂവിൽ വിരലമർത്തി.

നന്ദു ആദ്യം കണ്ടത് വേനലിന്റെ ചൂടിൽ വെന്തുപോയ കാട്ടിൽ ഒരു മരത്തിന്റെ വേരിൽ കെട്ടിയിട്ട അമ്മിണിയെയാണ്. അതിന്റെ വയർ ഒട്ടിയിരിക്കുന്നു. പച്ചിലതേടി വട്ടം കറങ്ങിയ അവൾ ഒരു ചുവട് മുമ്പോട്ടു വയ്ക്കാൻ കഴിയാതെ കയറിൽ കുരുങ്ങിക്കിടക്കുകയാണ്. വല്ലാതെ കിതയ്ക്കുകയും നിലവിളിക്കുകയും ചെയ്യുന്നുണ്ട് അവൾ. നേർത്ത ഉറവ പോലെ കണ്ണീർ ഒഴുകുകയാണ്. അത് കുടിച്ച് ദാഹമകറ്റാൻ ചെന്നിരിക്കുന്ന ഈച്ചകളെ ചെവികൊണ്ട് ആട്ടിയകറ്റാൻ അമ്മിണി ദുർബലമായ ഒരു ശ്രമം നടത്തി. പക്ഷേ അത് തുടരാൻ കഴിയാത്ത വിധം അവൾ ക്ഷീണിച്ചുപോയിരുന്നു. ഈച്ചകൾ കണ്ണീരിൽ നിന്ന് കണ്ണിനകത്തേക്ക് കടക്കാൻ തുടങ്ങിയപ്പോൾ അവൾ കണ്ണ് മുറുകെയടച്ച് നിലത്ത് ചെരിഞ്ഞുകിടന്നു. നിലം ചുട്ടുപൊള്ളുന്നതു

കൊണ്ട് അവൾക്ക് കിടക്കാനും കഴിഞ്ഞില്ല. പിടഞ്ഞെഴുന്നേറ്റ് നിലവിളിച്ചു.

"അമ്മിണീ..."

നന്ദു പരിസരം മറന്ന് ഉറക്കെ വിളിച്ചുപോയി.

"എന്തായിത്! കരയാതെ നന്ദൂ. നീ മുതിർന്ന കുട്ടിയല്ലേ!" ധനു നന്ദുവിനെ തലോടിക്കൊണ്ടുപറഞ്ഞു.

അമ്മിണിയുടെ നിലവിളി ഉണങ്ങിക്കരിഞ്ഞ ഭൂമിയുടെ മുകളിൽ ഒരു പ്രേതവിളിപോലെ പ്രകമ്പനം കൊണ്ടു.

വരണ്ട പുഴയിൽ ആരോ കുഴിച്ച കുഴിയിലെ ചെളിവെള്ളത്തിൽ കിടന്ന് പുളയുകയാണ് ബാളു. ചൂട് സഹിക്കാൻ കഴിയുന്നില്ല അവന്. നാവ് പുറത്തേക്കിട്ട് അവൻ വല്ലാതെ കിതയ്ക്കുന്നു.

ചത്തൊടുങ്ങിയ കന്നുകാലികളുടെ അസ്ഥികൂടങ്ങൾക്കു മുകളിലൂടെ കഴുകന്മാർ വട്ടമിട്ടു പറക്കുകയാണ്. മൃഗങ്ങൾ കൂട്ടമായി വെള്ളം തേടി അലയുന്നു. പുഴയിലെ മണൽപ്പരപ്പിലൂടെ ഒരു ശവമഞ്ചം ശ്മശാനം ലക്ഷ്യമാക്കി നീങ്ങുന്നു. ധൂപപ്പാത്രത്തിന്റെയും വീക്കുചെണ്ടയുടെയും അകമ്പടിയോടെ നീങ്ങുന്ന ശവഘോഷയാത്രയിൽ അണിനിരന്നവർ ഹരിഗോവിന്ദ.. ഹരിഗോവിന്ദ.. എന്ന് ഉറക്കെ വിളിച്ചു പ്രാർഥിക്കുന്നുണ്ട്. ആൾക്കൂട്ടത്തിൽ അപ്പുവും ഹരിയും ചിണ്ടനും മുത്തുവും കിട്ടനും ഉണ്ട്. നന്നേ ക്ഷീണിച്ചുപോയിട്ടുണ്ട് അവരെല്ലാം. വാരിയെല്ലുകൾ എണ്ണിയെടുക്കാൻ കഴിയും. തലമുടി എണ്ണമയമില്ലാതെ ചെമ്പിച്ചു നിൽക്കുന്നു. എങ്ങോട്ടാണ് ഇവരൊക്കെ പോകുന്നത്? ആരാണ് മരിച്ചത്!

നന്ദുവിന് ഒന്നും മനസിലായില്ല.

നാട്ടുകാരെല്ലാം ചേർന്ന് കുടിവെള്ളത്തിനു വേണ്ടി പുഴയിൽ വലിയ കുഴി കുഴിക്കുന്നു.

മൺപാനികളിൽ വെള്ളം ശേഖരിച്ച് വീടുകളിലേക്ക് തിരിച്ചുപോകുന്ന സ്ത്രീകളുടെ നീണ്ട നിര. അവർ കണ്ണീരുപ്പുകലർന്ന ഏതോ കൂട്ടപ്പാട്ട് പാടിക്കൊണ്ടാണ് പോകുന്നത്. ഏറ്റവും മുമ്പിൽ നന്ദുവിന്റെ ചേച്ചിയായിരുന്നു. അസ്ഥിമാത്രമായ അവളുടെ ശരീരം കണ്ട് നന്ദു നടുങ്ങിപ്പോയി. മാന്ത്രികക്കുഴലിൽനിന്ന് അവൻ പെട്ടെന്ന് മുഖം തിരിച്ചു. ഒരു നിലവിളിയുടെ വക്കിലാണവൻ.

"എന്താ നന്ദൂ..."

ധനു ചോദിച്ചു.

"എനിക്കിത് കാണാൻ വയ്യ ചേച്ചീ...എനിക്ക് പോകണം. നാട്ടിലേക്ക് ഉടൻ പോകണം. ഞാൻ കണ്ടു എല്ലാം. കരിഞ്ഞു കിടക്കുന്ന കാടുകൾ. വെന്തുകിടക്കുന്ന മണ്ണ്. വറ്റിപ്പോയ പുഴ. എല്ലും തോലുമായ എന്റെ ചേച്ചി. തിന്നാൻ ഒരു പച്ചിലപോലും കിട്ടാതെ വിശന്നു കരയുന്ന അമ്മിണി. ഒരുതുള്ളി വെള്ളത്തിനുവേണ്ടി പരക്കം പായുന്ന ബാളു. ഒരു പ്രാർഥനയേ എനിക്കുള്ളൂ. ആ ശവമഞ്ചത്തിൽ എന്റെ ആരും ആയിരിക്കരുതേന്ന്!"

"നന്ദൂ നീയിങ്ങനെ വേവലാതിപ്പെട്ടാൽ ചേച്ചിക്ക് സങ്കടാവും."

ധനു പറഞ്ഞു.

"നാടും വീടും ദുരിതം തിന്നുമ്പോ ഞാൻ മാത്രം ഇവിടെ സുഖിച്ചിരിക്കുന്നത് നന്നല്ല ചേച്ചീ..."

"ഒക്കെ ശരിതന്നെ. കഷ്ടപ്പാടുകളുണ്ടാവുമ്പോൾ കരയുകയല്ല നന്ദു ചെയ്യേണ്ടത്. അത് മറികടക്കാനുള്ള വഴികൾ അന്വേഷിക്കണം. ഞാനിതാ നന്ദൂന് നല്ലൊരു കാഴ്ച കാണിച്ചു തരാൻ പോവുകയാണ്."

ധനു മാന്ത്രികക്കുഴലിലൂടെ നോക്കി. ഇരുഭാഗത്തുമുള്ള ബട്ടനുകളിൽ വിരലമർത്തിക്കൊണ്ട് ധനു കാഴ്ചയിലേക്കുള്ള വഴികൾ തുറന്നുകൊണ്ടിരുന്നു. അവസാനം ധനു ആ കാഴ്ചയെ വരുതിയിലാക്കി.

"നന്ദൂ ഇതാ നോക്ക് ഇതാരാണെന്നു നോക്ക്."

ധനുച്ചേച്ചിയുടെ സന്തോഷം കണ്ട് നന്ദു വേഗം മാന്ത്രികക്കുഴലിനടുത്തെത്തി.

"ഇതാ, നിന്റെ അച്ഛൻ നടന്നു പോകുന്നു!"

ധനു പറയുന്നതു കേട്ട് നന്ദു നെഞ്ചിടിപ്പടെ മാന്ത്രികക്കുഴലിലൂടെ നോക്കി. അവൻ കണ്ടു. ഇത്രയും കാലം കാണാൻ കൊതിച്ചിരുന്ന അച്ഛൻ ഇതാ കൺമുമ്പിൽ! മുത്തശ്ശി പറയാറുള്ളതുപോലെതന്നെ. വെളുത്ത് തടിച്ച് കാതിൽ സ്വർണക്കടുക്കനിട്ട്, നെറ്റിയിലും കഴുത്തിലും ദേഹത്തും ആചാരക്കുറികളിട്ട് കട്ടനീലം മുക്കിയ ഒറ്റമുണ്ടുടുത്ത്, അരക്കെട്ടിൽ ആചാരക്കത്തി തിരുകി... താളിയോലഗ്രന്ഥങ്ങളൊന്നും കൈയിലുണ്ടായിരുന്നി

ല്ല. ഒരുപക്ഷേ അത് മഴവില്ലിന്റെ ചോട്ടിൽ കുഴിച്ചിട്ട് അച്ഛൻ നാട്ടിലേക്ക് തിരിച്ചുപോകുന്നതായിരിക്കും. അച്ഛനെത്തുന്നതിനു മുമ്പേ നന്ദൂന് വീട്ടിലെത്തണം.

ധനു ബട്ടനിൽ വിരലമർത്തി.

മാന്ത്രികക്കുഴലിന്റെ പ്രവർത്തനം നിന്നു.

മഴവില്ലിന്റെ ചോട്ടിൽ മൃഗങ്ങളെല്ലാം സമ്മേളിച്ചിരിക്കുകയാണ്.

"താഴേക്ക് വാ നന്ദൂ..."

പുലി പറഞ്ഞു.

"നീ പോയതിൽ പിന്നെ ഇവിടെ മഴ പെയ്തിട്ടില്ല. മഴ പെയ്യണമെങ്കിൽ ഭൂമിയിൽ നന്മയുള്ള മനസുകൾ വേണമെന്ന് ആകാശത്തിൽനിന്ന് അശരീരിയുണ്ടായിരിക്കുന്നു. വരൂ നന്ദൂ... നിന്റെ ആലുപുരം പുഴ വീണ്ടും കര കവിഞ്ഞൊഴുകണ്ടേ? നിന്റെ അമ്മിണിക്ക് മേഞ്ഞു നടക്കാൻ വയൽവരമ്പിൽ കറുകപ്പുല്ലുകൾ പടർന്നു പിടിക്കണ്ടെ? നിന്റെ കാട്ടുകിളികൾക്കും മുയൽക്കുഞ്ഞുങ്ങൾക്കും പാർക്കാൻ കാടുകൾ തളിർത്തുവളരണ്ടെ? നിന്റെ നന്ദിനിച്ചേച്ചിക്ക് വീട്ടുമുറ്റത്തു നിന്ന് വെള്ളമെടുക്കാൻ കിണറുകൾ നിറയണ്ടെ? മുത്തശ്ശിയുടെ മടിയിൽ തലചായ്ച്ച് പുരാണകഥകൾ കേൾക്കാൻ മഴയുള്ള രാത്രികൾ തിരിച്ചുവരണ്ടെ?"

"വേണം! വേണം!" നന്ദു ഉറക്കെ അലറി.

"ഞാൻ പോട്ടെ ചേച്ചീ.. ഇതാ എന്നെ കൊണ്ടുപോകാൻ താഴെ മൃഗങ്ങൾ കൂടിനിൽക്കുന്നു."

ധനു ഒന്നും പറയാതെ നന്ദുവിനെത്തന്നെ നോക്കിനിന്നു.

"ചേച്ചി എന്നോട് പിണങ്ങിയിരിക്കാ...?"

നന്ദു ചോദിച്ചു.

"പിണങ്ങാൻ എനിക്ക് അറിയില്ല നന്ദൂ. സ്നേഹിക്കാൻ മാത്രമേ അറിയൂ."

ധനു പറഞ്ഞു.

"എനിക്കും അറീല്ല ചേച്ചി പിണങ്ങാൻ. ഇന്നുവരെ ഞാൻ ആരോടും പിണങ്ങീട്ടില്ല."

"നല്ലത്. അങ്ങനെയാണ് വേണ്ടത്. മഴവില്ലന്റെ കൊട്ടാരത്തില് എത്തിപ്പെട്ടപ്പോ എന്തു തോന്നി നന്ദൂന്?"

ധനു ചോദിച്ചു.

പ്രകൃതിശക്തികളെയും ദൈവങ്ങളെയും ദൂരേന്നു വേണം ആരാധിക്കാൻ. അഗ്നിയെ ആരാധിക്കാം. പക്ഷേ കൈവച്ചാൽ പൊള്ളിപ്പോകും. ചെയ്യുന്ന പ്രവൃത്തികളുടെ ഗുണം കൊണ്ട് ദൈവത്തോളം വളരാം. പക്ഷേ കാലുകൾ മണ്ണിൽ തന്നെയുണ്ടാവണം.

"മിടുക്കൻ!" ധനു പറഞ്ഞു. "നിന്റെ തോന്നൽ ശരിയാണ്. മണ്ണിനെ സ്വർഗമാക്കാൻ നിന്നെപ്പോലുള്ള കുട്ടികൾ വിചാരിച്ചാൽ കഴിയും. കുട്ടികളാണ് നാളത്തെ പൗരന്മാർ. അവരാണ് നാളെ രാജ്യം ഭരിക്കേണ്ടത്. എന്നും രാവിലെയും വൈകുന്നേരവും ഞാൻ മഴവിൽപ്പടവുകളേറിവരുമ്പോൾ നിങ്ങൾ പാടണം ആടണം."

"തീർച്ചയായും" നന്ദു പറഞ്ഞു. "ചേച്ചിയെ കാണുമ്പോൾ ഞങ്ങൾ ആടുകയും പാടുകയും ചെയ്യും. നഷ്ടപ്പെട്ടുപോയ ആ നാളുകൾ ഞങ്ങൾ ഭൂമിയിൽ തിരിച്ചു കൊണ്ടുവരും. ഇനി വൈകിക്കുന്നില്ല. എന്നെ താഴേക്കിറക്കിത്താ ചേച്ചീ..."

മഴവിൽ കൊട്ടാരത്തിന്റെ മട്ടുപ്പാവിൽനിന്ന് സ്വർണച്ചെടിയുടെ വള്ളിയിൽ പിടിച്ചുകൊണ്ട് നന്ദു താഴേക്കിറങ്ങിയിറങ്ങി വന്നു. പുലികളും ആനകളും കാട്ടുപോത്തുകളും മാനുകളും മുയലുകലും അണ്ണാറക്കണ്ണന്മാരും കരിങ്കുരങ്ങുകളും മറ്റും ആ കാഴ്ച ആഹ്ലാദത്തോടെ നോക്കി നിൽക്കെ എവിടെയോ വച്ച് സ്വർണവള്ളിയിൽനിന്ന് നന്ദുവിന്റെ പിടിവിട്ടുപോയി. ഒരു നിലവിളിയോടെ താഴേക്ക് താഴേക്ക് കറങ്ങിക്കറങ്ങി വീഴവെ മുത്തശ്ശിയുടെ വിളി വളരെ ദൂരെ നിന്നെന്നപോലെ അവൻ കേട്ടു.

"നന്ദൂ...! വല്ല കിനാവും കണ്ട് പേടിച്ചുപോയോടാ നീ... എന്റെ കുഞ്ഞ്..."

കിടക്കപ്പായിലാണ് താനെന്ന് നന്ദു തിരിച്ചറിഞ്ഞു. ഇത്രയും നേരം കണ്ടതൊക്കെ സ്വപ്നമാണെന്നറിഞ്ഞപ്പോൾ നാണക്കേടു കൊണ്ട് അവൻ കണ്ണുചിമ്മി.

സ്വപ്നദോഷമകറ്റാൻ മുത്തശ്ശി ഏതോ മന്ത്രം ഉരുവിടുകയാണ്. മന്ത്രത്തിന്റെ അവസാനം എന്റെ ആലുപുരത്ത് ഭഗവത്യേ... ന്റെ കുട്ട്യോളെ കാത്തോളണേ... എന്ന് നെടുവീർപ്പിട്ടു.

കണ്ണുതുറന്ന് നന്ദു പതുക്കെ എഴുന്നേറ്റു.

"മുത്തശ്ശീ,..." അവൻ വിളിച്ചു.

"എന്താ മോനേ..."

“ഞാൻ കണ്ടു!”

“എന്ത് കണ്ടൂന്ന്...?”

“എന്റെ അച്ഛനെ... അച്ഛനെ ഞാൻ സ്വപ്നത്തില് കണ്ടു. കാതില് സ്വർണക്കടുക്കൻ. ആചാരക്കുറി. അരക്കെട്ടിൽ ആചാരക്കത്തി... വെളുത്ത് തടിച്ച്....”

മുത്തശ്ശി നന്ദുവിനെ തന്റെ ദേഹത്തോട് ചേർത്തുപിടിച്ചു.

“നിന്റെ ആ കണ്ണ് എനിക്കൊന്ന് താ മോനേ... ഞാനൊന്ന് കണ്ടോട്ടെ ഓനെ.. ഒരു നോക്കുമാത്രം...”

“വരും മുത്തശ്ശീ... അച്ഛൻ വരും.” നന്ദു പറഞ്ഞു. “ഞാൻ കണ്ടതാ... ഇങ്ങോട്ട് തന്നെയാണ് അച്ഛൻ വരുന്നത്...”

“എന്റെ ദൈവങ്ങളേ...!” മുത്തശ്ശി പ്രാർഥിച്ചു. “നന്ദൂന്റെ വാക്കുകള് നേരാവട്ടെ...! കണ്ണടയ്ക്കും നേരമെങ്കിലും ഓനെയൊന്ന് കണ്ടോട്ടെ ഞാൻ...”

“രാവിലെ ആവാറായോ മുത്തശ്ശീ...”

നന്ദു ചോദിച്ചു.

“ഇല്ല മോനേ...” മുത്തശ്ശി പറഞ്ഞു. “ചൂട്ടുകൊറ്റുദിച്ചാ ഈ ജനലിലൂടെ കാണാം. പിന്നേം കഴിയണം പുലരാൻ കുറച്ചുനേരം. നീ കെടന്നോ. കെടന്നൊറങ്ങിക്കോ...”

നന്ദു കണ്ണടച്ചു കിടന്നു. സ്വർണവള്ളിയിൽ നിന്നു പിടിവിടാതെ താഴേക്കു വരുന്നത് വീണ്ടും സ്വപ്നം കാണാൻ അവൻ ആഗ്രഹിച്ചു.

കൂട്ടരെ, സ്വപ്നം കാണുന്ന കുഞ്ഞുങ്ങൾ കുറഞ്ഞു കുറഞ്ഞു വരികയാണ്. ആകാശങ്ങളും നക്ഷത്രങ്ങളും അമ്പിളിമാമനും മഴവില്ലും കാണാതെ വളരുന്ന കുഞ്ഞുങ്ങൾക്ക് നല്ല സ്വപ്നങ്ങൾ കാണാൻ കഴിയാതെ വരുന്നു. അവരുടെ കുഞ്ഞുമനസിലും ദിവാസ്വപ്നങ്ങളിലും ആസുരചിത്രങ്ങൾ മാത്രം ഇടംപിടിക്കുന്നു. ആകാശത്തോളമുയരുന്ന ഒരു മനസ്സ് അവർക്കുണ്ടാക്കിക്കൊടുക്കാൻ പ്രകൃതിയോട് ഇഴുകി ജീവിക്കുന്ന മുത്തശ്ശനും മുത്തശ്ശിയും വേണം. അച്ഛനും അമ്മയും വേണം. കുഞ്ഞുങ്ങളെ പകൽ സംരക്ഷണ കേന്ദ്രങ്ങളിലും ഹോസ്റ്റലുകളിലും നടയിരുത്തി പണമുണ്ടാക്കാൻ മത്സരിക്കുന്ന അച്ഛനമ്മമാർ അറിയുന്നില്ല അവരെന്താണ് ചെയ്യുന്നതെന്ന്.

മാറുന്ന ലോകത്തിനനുസരിച്ച് ബാലസാഹിത്യവും മാറണം എന്നു പറയുമ്പോൾ മാറാതെ നോക്കേണ്ട ചില മാതൃകകളുണ്ടെന്ന് അവർ അറിയുന്നില്ല. മണ്ണാങ്കട്ടയുടെയും കരിയിലയുടെയും ഗോത്രത്തിൽ പെട്ട കഥകളും കവിതകളും മാറ്റത്തിന്റെ പാച്ചിലിൽ നഷ്ടപ്പെട്ടു പോകാതെ ചിറകെട്ടി നിർത്തേണ്ടത് എല്ലാവരുടെയും കടമയാണ്. ഉറങ്ങട്ടെ, നന്ദു ഉറങ്ങട്ടെ... ചൂട്ടുകൊറ്റുദിച്ചുയരുവോളം... സൂര്യകിരണങ്ങൾ പകൽ മാടത്തിന് മേലാപ്പ് ചാർത്തുവോളം നന്ദു ഉറങ്ങട്ടെ.

അപ്പുവും ഹരിയും ചിണ്ടനും മുത്തുവും കിട്ടനും അതിരാവിലെതന്നെ എത്തിയിരുന്നു. നന്ദിനി അവർക്കുവേണ്ടി കഞ്ഞിയുണ്ടാക്കിയിരുന്നു. കഞ്ഞികുടികഴിഞ്ഞ് പാത്രങ്ങളെല്ലാം കഴുകിയുണക്കി, കഥകളോരോന്ന് പറഞ്ഞിരിക്കുമ്പോഴേക്കും ചോയി മൂപ്പരുടെ കാളവണ്ടിയിൽ ശങ്കരമ്മാമനെത്തി. അതോടെ എല്ലാവരിലും എന്തെന്നില്ലാത്ത പിരിമുറുക്കം അനുവദിക്കപ്പെട്ടു. മുത്തശ്ശി എന്തിനെന്നറിയാതെ കാവൽമാടത്തിൽ നിന്നും നാലഞ്ചു തവണ താഴെയിറങ്ങുകയും കയറുകയും ചെയ്തു. നന്ദു പറമ്പിന്റെ മൂലയിൽ പച്ചക്കറിപ്പന്തലിൽ കെട്ടിയിട്ടിരുന്ന പട്ടം അഴിച്ചെടുത്തു കൊണ്ടുവരാൻ പോയി. നന്ദിനി അടുപ്പിന്റെ മൂലയ്ക്ക് ഒളിപ്പിച്ചു വച്ചിരുന്ന വറുത്ത പുളിങ്കുരു ഒരു കുപ്പിയിലാക്കി. കൊണ്ടുപോകേണ്ട സാധനങ്ങളെല്ലാം ശങ്കരമ്മാമനും ചോയിമൂപ്പരും കൂടി താഴെ ഇറക്കി വച്ചു. അടുക്കളയിലെ പാത്രങ്ങളും എടുത്തുവച്ചു. ചോയി മൂപ്പർ വണ്ടിക്കരികിലേക്ക് നടന്നു. അപ്പുവും ഹരിയും ചിണ്ടനും മുത്തുവും കിട്ടനും സാധനങ്ങളോരോന്നായെടുത്ത് പിന്നാലെയെത്തി. ചോയിമൂപ്പർ അതെല്ലാം വണ്ടിയിൽ അടുക്കിവച്ചു. കലവും കൈലും പാനിയും ഗ്ലാസും പാത്രങ്ങളും ഇടങ്ങഴിയും പറയും ഉലക്കയും മന്തും ഉരുളിയും എല്ലാമുണ്ടായിരുന്നു കൂട്ടത്തിൽ.

ശങ്കരമ്മാമൻ കൊണ്ടുവന്ന പാന്റ്സും ഷർട്ടും ഇടാൻ കൂട്ടുകാർ നന്ദുവിനെ നിർബന്ധിച്ചു. സ്കൂൾ തുറക്കുന്ന ദിവസം വേണം പുത്തനുടുപ്പിടാൻ എന്നുള്ളതുകൊണ്ട് അവനതിന് തയാറായില്ല. ഉള്ളതിൽ ഏറ്റവും നല്ല ട്രൗസറും ഷർട്ടും എടുത്തിട്ടു. നന്ദിനിയും

പഴയ ഉടുപ്പുതന്നെയാണ് ഇട്ടത്. മുത്തശ്ശി ചുട്ടിക്കരയുള്ള പുടവ യെടുത്തുടുത്തു. സ്വർണക്കസവുള്ള മേൽമുണ്ട് പുതച്ചു. പള്ളി യറ വാതിൽക്കലെത്തി മൂന്നുപേരും പ്രാർഥിച്ചു.

“വരും ഭഗോതി.. സ്കൂളടച്ചാ ഞങ്ങള് വരും. താമസിക്കാൻ ഒരു വീടില്ലാത്തോണ്ടല്ലെ... കൂട്ടിനൊരാളില്ലാത്തോണ്ടല്ലെ. അനിഷ്ടം തോന്നരുതേ ഭഗോതീ...”

നന്ദൂ കൈകൂപ്പി തിരുനടയിൽ നിന്നു പ്രാർഥിച്ചു.

എല്ലാവരും എവിടേക്കോ യാത്ര പോവുകയാണെന്ന് ബാലു മണത്തറിഞ്ഞു. അവൻ ഞരങ്ങാനും മുരളാനും തുടങ്ങി. എന്തോ പന്തികേടുള്ളതായി അമ്മിണിക്കും മനസിലായി. അവൾ “മ്ഹേ... മ്ഹേ...” എന്ന് നീട്ടിക്കരഞ്ഞു.

“നിങ്ങളേം കൊണ്ട് പോകുന്ന്ണ്ട്. കരയണ്ട.”

മുത്തശ്ശി ഉറക്കെ പറഞ്ഞു.

മുത്തശ്ശി പറഞ്ഞതിന്റെ അർഥം ബാലുവിന് പൂർണമായും പിടികിട്ടി. അവൻ പിൻകാലിൽ ഉയർന്നു നിന്ന് മുത്തശ്ശിയുടെ നേർക്കു നോക്കി. ആഹ്ലാദം പ്രകടിപ്പിച്ചു. അമ്മിണിക്കും ഇപ്പോൾ കാര്യം മനസിലായി. അവൾ ആഹ്ലാദം അടക്കി നിർത്താൻ കഴി യാതെ കോണിപ്പടിയിലേക്കും അവിടെ നിന്ന് താഴേക്കും എടുത്തു ചാടി. ആഹ്ലാദം അടക്കി നിർത്താൻ കഴിയാതെ വരു മ്പോൾ ഈ ചാട്ടം അവളുടെ ഒരു ശീലമാണ്.

കാവൽമാടത്തിന്റെ വാതിലടച്ച് കോണിപ്പടിയിൽ തൊട്ടുവ ന്ദിച്ച് മുത്തശ്ശി താഴേക്കിറങ്ങി. വൈകുന്നേരത്തെ സൂര്യവെളിച്ചം അവരുടെ മുഖത്തിന് സവിശേഷമായൊരു തെളിച്ചം നൽകി.

“ഈ കോണി എടുത്തു മാറ്റിവയ്ക്കേണ്ടേ ഏട്ടീ..”

ശങ്കരമ്മാമൻ ചോദിച്ചു.

“വേണ്ട..”

മുത്തശ്ശി പറഞ്ഞു.

“മരിച്ചുപോയവര് രാത്രിവരും കാവലിന്. കോണിയില്ലാതെ ചുറ്റിത്തിരിയാൻ ഇടവരുത്തരുത്...”

മുത്തശ്ശിയുടെ കണ്ണുകൾ നിറയുന്നതു കണ്ട് ശങ്കരമ്മാമൻ മുഖം തിരിച്ചു.

മുത്തശ്ശി മേൽമുണ്ടുകൊണ്ട് കണ്ണുകളൊപ്പി. ഒരിക്കൽക്കൂടി അവർ നടുവൊടിഞ്ഞു കിടക്കുന്ന പള്ളിയറയെയും കാവൽമാട ത്തിനെയും കണ്ണുനിറയെ നോക്കി.

ഇനിയൊരു തിരിച്ചുവരവ് ഇങ്ങോട്ടുണ്ടാവോ ഭഗോതീ... എന്ന് അവർ നിശ്ശബ്ദം ചോദിച്ചു.

മുത്തശ്ശിയുടെ കൈപിടിച്ച് ശങ്കരമ്മാമൻ മുമ്പിൽനടന്നു. അമ്മിണിയുടെ കയർ പിടിച്ച് നന്ദിനി പിന്നാലെ. ബാളുവിന്റെ ചങ്ങല പിടിച്ച് നന്ദു കൂട്ടുകാരോടൊപ്പം നടന്നു.

ചോയി മൂപ്പർ അവരെ കാത്തു നിൽക്കുകയായിരുന്നു.

ശങ്കരമ്മാമനും ചോയിമൂപ്പരും ചേർന്ന് മുത്തശ്ശിയെ വണ്ടി യിൽ കയറ്റി ഇരുത്തി. പിന്നാലെ അമ്മിണിയോടൊപ്പം നന്ദിനി യും. ഇത്തവണ ബാളുവിന് വണ്ടിക്കകത്തുതന്നെയായിരുന്നു സ്ഥാനം. അവൻ നന്ദുവിനോട് തൊട്ടുരുമ്മി നിന്നു. കഴുത്തിലെ ചങ്ങല എന്തിനാണെന്നു മാത്രം അവന് പിടികിട്ടിയില്ല. കാഞ്ച നക്കൂട്ടിലാണെങ്കിലും ബന്ധനം ബന്ധനം തന്നെയാണ് എന്ന് നന്ദു പാടുന്നത് അവൻ കേട്ടിട്ടുണ്ട്.

അപ്പു ട്രൗസറിന്റെ പോക്കറ്റിൽനിന്ന് ഒരു കടലാസുപൊതി യെടുത്ത് നന്ദുവിനു കൊടുത്തു. ചുട്ട ചക്കക്കുരുവായിരുന്നു അത്. ഹരി അവന് കൊടുക്കാൻ മുട്ടാംപുളിയാണ് കൊണ്ടുവ ന്നത്. ചുട്ട് തോടുകളഞ്ഞ അണ്ടിപ്പരിപ്പായിരുന്നു മുത്തുവിന്റെ സമ്മാനം. ചിണ്ടൻ പഴുത്ത അഞ്ച് ചുണ്ണ്യൻ മാങ്ങ കൊടുത്തു. കിട്ടന്റെ കൈയിൽ നന്ദുവിനു കൊടുക്കാൻ ഒന്നുമുണ്ടായിരു ന്നില്ല. കേട്ടപ്പല്ല് മുഴുവൻ പുറത്തു കാണിച്ചുകൊണ്ട് അവൻ നന്ദുവിനെ നോക്കി ചിരിച്ചു. ആ ചിരിയിൽ പക്ഷേ കണ്ണീരിന്റെ നനവുണ്ടായിരുന്നു.

“നിങ്ങളുടെ സ്വന്തം നന്ദൂന് നിങ്ങളെന്തെല്ലാം കൊടുത്തു! ചക്കക്കുരു മുട്ടാംപുളി, അണ്ടിപ്പരിപ്പ്, ചുണ്ണ്യൻ മാങ്ങ.... നന്ദൂന് വേണ്ടി ഞാൻ നിങ്ങൾക്കു തരാൻ ഒരു സാധനം കരുതിവച്ചിട്ടു ണ്ട്. ശങ്കരമ്മാമൻ സഞ്ചിയിൽനിന്ന് ഐസ്ക്രീം നിറച്ച അഞ്ച് പേപ്പർ ഗ്ലാസുകളെടുത്ത് ഓരോരുത്തർക്കായി കൊടുത്തു കൊണ്ടു പറഞ്ഞു: “പിടിച്ചോളിൻ ഇത് ചിക്കു ഷെയ്ക്കിന് പക

രമല്ല. സ്കൂൾ അടച്ചാൽ ഞാനും നന്ദുവും ഇങ്ങോട്ടുവരും. നിങ്ങളെയൊക്കെ കാണാൻ. അന്ന് നമുക്ക് രാജപുരം ചന്തയിൽപ്പോയി ചിക്കു ഷെയ്ക്ക് കഴിക്കാം. എന്താ പോരേ..?"

"മതി.."

അപ്പുവും ഹരിയും ചിണ്ടനും മുത്തുവും കിട്ടനും ഒന്നിച്ചു പറഞ്ഞു.

"ശരി. ചോയിമൂപ്പരേ വണ്ടി വിട്ടോ."

ശങ്കരമ്മാമൻ പറഞ്ഞു.

കുടമണി കിലുക്കിക്കൊണ്ട് വണ്ടി മുന്നോട്ടുനീങ്ങി. ചോയിമൂപ്പരുടെ വായ്ത്താരികൾ ഉയർന്നു. ചാട്ടവാർ വായുവിൽ പുളഞ്ഞു. മഞ്ഞവെയിലിന്റെ ചീളുകൾ വണ്ടിയിൽ ഒളിച്ചുകളി തുടങ്ങി.

അപ്പുവും ഹരിയും ചിണ്ടനും മുത്തുവും കിട്ടനും വണ്ടിയെ പിന്തുടർന്നു. വളരെ ദൂരം വരെ അവർ വണ്ടിയുടെ പിന്നാലെ നടന്നു.

"നിങ്ങള് പോ മക്കളേ, നിങ്ങളുടെ വീട്ടിലേക്ക്.. നേരം ഇരുട്ടാൻ തുടങ്ങി."

ശങ്കരമ്മാമൻ പറഞ്ഞു.

അവർ റോഡിൽ തലകുനിച്ചു നിന്നു കുറച്ചുസമയം. തലയുയർത്തിയപ്പോഴേക്കും വണ്ടി ഒരു വളവിലെത്തിയിരുന്നു. കൂട്ടുകാരുടെ കാഴ്ചയിൽ നിന്ന് നന്ദു അകന്നുപോയി. നന്ദുവിന്റെ കാഴ്ചയിൽ നിന്ന് കൂട്ടുകാരും. നന്ദു മുത്തശ്ശിയുടെ ചുമലിൽ ചാഞ്ഞ് മുഖം പൊത്തി. അവന് കരച്ചിൽ അടക്കാൻ കഴിഞ്ഞില്ല.

കൂട്ടരേ, അസ്തമയ സൂര്യനു നേർക്ക് നന്ദുവും നന്ദിനിയും ശങ്കരമ്മാമനും മുത്തശ്ശിയും നിശ്ശബ്ദരായി വണ്ടിയുടെ താളത്തിനനുസരിച്ച് ചാഞ്ഞും ചെരിഞ്ഞും മുന്നോട്ട്. കിഴക്കൻ മലമുടികൾക്കു പിന്നിൽ കാർമേഘങ്ങൾ ഉരുണ്ടുകൂടുന്ന ആകാശം നോക്കി ഭയപ്പെട്ടുകൊണ്ട് ഓടിയും കിതച്ചും, കിതച്ചും ഓടിയും നന്ദുവിന്റെ കൂട്ടുകാർ പിന്നോട്ട്. ഒരിടവേളയ്ക്കായി കൂട്ടരേ ഈ കഥ തൽക്കാലം നമുക്കിവിടെ നിർത്താം

www.ingramcontent.com/pod-product-compliance
Lightning Source LLC
LaVergne TN
LVHW100556051026
849519LV00003B/989